GORBACHOV
CỦA VIỆT NAM
tiểu luận và tạp văn

ĐÀO HIẾU

GORBACHOV
CỦA VIỆT NAM

tiểu luận và tạp văn

NHÀ XUẤT BẢN HOÀI NIỆM
California – USA 2018

Mọi sự trích dẫn, sao chép... xin ghi rõ
nguồn của tác phẩm.

Phần I
TIỂU LUẬN

07. Những cô vợ bé của Lao Ái

15. Về chuyến đi Mỹ của ông Nguyễn Phú Trọng

18. Tam đoạn luận giả cầy

20. Mấy chuyện thời sự lặt vặt

25. Những bài học từ Esperanto

33. Đào Hiếu, lý thuyết gia khùng

35. GORBACHOV của Việt Nam

39. Triết gia và ông thần đèn

44. Biển Đông sắp nổ tung

46. Suy nghĩ về Lào và Campuchia

48. Nhậu xỉn nói bậy

51. Vẽ rắn thêm chân

53. Từ "cách mạng dù" suy nghĩ về thực dân đế quốc và giải phóng dân tộc

59. Sang Trung Quốc học trồng cây

Những cô vợ bé
CỦA LAO ÁI

Ngày 26/12/1991, chấm dứt sự tồn tại của nhà nước Liên-xô, nhiều người trên thế giới vui mừng vì nhân loại bớt đi được một chế độ độc tài toàn trị. Việt Nam là một trong những nước có nhiều người vui mừng nhất.

Lúc đó không mấy ai ngờ rằng biến cố chính trị ấy là một thảm họa cho dân tộc Việt Nam. Nó như cơn sóng thần khủng khiếp ập xuống đầu giới cầm quyền Việt Nam, đuổi họ chạy trối chết về phương Bắc và ngã quỵ dưới chân Giang Trạch Dân, Lý Bằng... những kẻ đã từng xua quân qua biên giới giết hàng vạn người Việt Nam năm 1979, nhưng vào thời điểm đó lại là người đồng chí lớn, là chỗ dựa vững chắc duy nhất cho sự tồn tại của đảng CSVN.

Và việc Liên-xô tan rã - bắt đầu rạn nứt nghiêm trọng từ năm 1986 theo kịch bản của Gorbachov - cũng mở đầu cho một thời kỳ Bắc thuộc mới vô cùng nguy hiểm, đó là hội nghị Thành Đô năm 1990.

Trong hội nghị ấy, đồng chí Nguyễn Văn Linh kính mến của chúng ta đã nói một câu bất hủ: "Đi với Tàu thì mất nước, nhưng *còn* Đảng".

Nhưng đối với nhân dân Việt Nam, từ trí thức cho tới kẻ thất phu, ai ai cũng biết rằng mất nước mới là quan trọng.

Còn Đảng "còn" hay mất đó là chuyện riêng của Đảng.

Từ đó đến nay, công việc của các vị lãnh đạo Việt Nam chỉ là từng bước "thực hiện một cách mưu trí và sáng tạo" những gì đã ký kết trong hội nghị Thành Đô theo kịch bản của Trung cộng.

Không một vị lãnh đạo nào của Việt Nam có thể đứng ngoài kịch bản ấy.

Từng vị lãnh đạo một, tùy theo cương vị của mình, đã đưa Trung cộng vào Việt Nam qua các ngả Tây Nguyên (bauxite), Vũng Áng (Formosa), Bản Giốc, Bình Thuận (với nhà máy nhiệt điện Vĩnh Tân trị giá 1,75 tỷ đô-la mà Trung Quốc đầu tư 95% vốn và được quyền khai thác 25 năm), và gần 20 tỉnh thành khác có sự hiện diện của Trung cộng (mời xem bản đồ minh hoạ).

Nhưng quan trọng nhất vẫn là Biển Đông. Khi Trung cộng chiếm đảo Gạc Ma, thì lãnh đạo Việt Nam đã ra lệnh bộ đội Việt Nam không được chống cự. Kết quả là 64 chiến sĩ tan xác và mất đảo trong vòng vài mươi phút.

Từng vị lãnh đạo một, đã đưa Trung cộng vào các ngành kinh tế mũi nhọn của Việt Nam như may mặc, lâm sản, dầu mỏ, bauxite... và các ngành công nghiệp hàng đầu như xây dựng, cầu đường, điện lực...

Chính quyền Việt Nam luôn hô hào Hoàng Sa, Trường Sa là của Việt Nam nhưng thực tế họ (và cả Mỹ) luôn làm ngơ cho Trung cộng chiếm đảo và xây dựng các căn cứ quân sự, các sân bay trên đảo.

Đó là bi kịch có tên: BẮC THUỘC.

Mà đã gọi là Bắc thuộc thì không còn chủ quyền nữa. Chính quyền Việt Nam chỉ là cái vỏ.

Ruột là Tàu. Vì thế tất cả những ai chống Tàu đều bị chính quyền Việt Nam đàn áp và bỏ tù.

Mà RUỘT đã là TÀU thì chỉ có thân Tàu, không được phép thân Mỹ. Ai thân Mỹ sẽ bị loại ra khỏi guồng máy lãnh đạo lập tức.

Và do đó không thể có phe thân Mỹ tại Việt Nam được.

*

Trước sự lệ thuộc quá sâu đậm của Việt Nam vào Tàu, nhiều người tiếc rẻ: "Phải chi ngày 30/4/1975, thống nhất đất nước xong lại chơi với Mỹ, mời Mỹ sang cùng ta xây dựng đất nước chắc giờ đây cũng văn minh như Hàn Quốc.

Ý kiến đó có khả thi không?

Vào thời điểm 30/4/1975 sau 10 năm tham chiến với nhiều thương vong, nhiều thiệt hại tiền của, uy tín, nhiều xáo trộn trong xã hội, Mỹ đã rút được chân ra khỏi Việt Nam, họ bỏ của chạy lấy người, họ mừng gần chết.

Lúc ấy tình cảnh của họ cũng giống như một anh chồng sau 10 năm bỏ vợ bỏ con đi theo vợ bé, giờ rứt ra được cái "của nợ" trở về mái nhà xưa, ăn năn hối lỗi, làm lại cuộc đời, chuộc lỗi với vợ con... chẳng lẽ vì một lời mời của "bên thắng cuộc" mà họ phải quay lại?

Nếu là bạn, bạn có quay lại không? Quay lại thì "được cái giải gì"? Quay lại để đương đầu với Trung cộng sao? Nhân dân Mỹ sẽ phản ứng thế nào?

Một anh chồng vừa mới đi theo vợ bé, trở về sau 10 năm lầm lỗi, chưa kịp ăn một bữa cơm với gia đình, chưa kịp ngủ với vợ một đêm đã vội vàng khăn gói quay trở lại chốn xưa tìm cô vợ bé cũ?

Chỉ có những thằng điên mới làm như vậy.

*

Còn về phía Việt Nam, ngay sau khi thống nhất đất nước, nếu như họ bộc lộ ý định mời Mỹ trở lại, thì lập tức Trung cộng sẽ tấn công phủ đầu, lấy cớ là Việt Nam phản bội. Trận chiến tranh biên giới năm 1979 giữa Trung cộng và Việt Nam là một minh chứng hùng hồn cho khả năng ấy. Chưa kể Liên Xô, nước đã cung cấp nhiều vũ khí hiện đại góp phần không nhỏ cho chiến thắng của đảng CSVN.

Liệu một nước Việt Nam vừa thoát khỏi cuộc chiến tranh khốc liệt, một Việt Nam kiệt quệ, tan nát, đói rách.. có đủ sức đương đầu với Nga và Tàu không?

Mà có lẽ chúng ta cũng không cần đặt giả thuyết ấy làm gì, bởi vì ngay giữa lúc người Mỹ đang tháo chạy trối chết trên các nóc nhà Sài Gòn thì Trung Quốc đã bộc lộ ý định chiếm đoạt miền Nam Việt Nam trước khi Việt cộng tiến vào Sài Gòn.

Mời các bạn đọc đoạn trích sau đây từ bài viết của nhà báo Nguyễn Hữu Thái có nhan đề: "30/4/75 Dương Văn Minh và tôi":

"Vào sáng sớm có một đơn vị thiết giáp đến vây quanh dinh (Độc Lập), viên chỉ huy đề

nghị tướng Dương Văn Minh tử thủ. Ông từ chối và thuyết phục họ rút đi. Ông cũng làm như vậy với nhóm biệt kích Lôi Hổ đằng đằng sát khí. Cuối cùng, một số sĩ quan cao cấp hải quân đến mời tướng Minh xuống tàu chạy đi, ông cũng từ chối. Lát sau viên tướng Pháp đội lốt ký giả Vanuxem hối hả vào xin gặp tướng Minh và nói với ông: «Hãy rút về Cần Thơ, cố thủ Vùng 4 chiến thuật, chỉ vài ngày nữa thôi thì Trung Quốc sẽ áp đặt giải pháp trung lập hóa Miền Nam». Tướng Minh than: «Hết Tây đến Mỹ, chẳng lẽ bây giờ còn đi làm tay sai cho Tàu nữa sao!»

*

Vậy chúng ta hãy gác cái chuyện Việt Nam làm đồng minh của Mỹ ngay sau khi thống nhất 30/4/1975 đi, mà quay về thực tế phũ phàng của một nước nhược tiểu.

Cuộc chiến biên giới với Trung cộng năm 1979 đã làm Việt Nam bừng tỉnh và nhận ra một sự thật đắng cay là: Việt Nam chẳng là cái đinh gì so với các siêu cường trên thế giới.

Trước đây Việt Nam chỉ là một cô vợ bé của Mỹ, thế rồi chiến tranh chấm dứt, Mỹ đã trở về với mái ấm gia đình họ, người đàn bà góa Việt Nam đứng giữa hai chàng trai hàng xóm khổng lồ là Nga và Tàu.

Đang lúc phân vân chưa biết ngã vào lòng ai (hoặc là tiếp tục ỡm ờ bắt cá hai tay) thì đùng một phát Liên Xô tan rã, chỉ còn mỗi anh ba Tàu to con, bặm trợn cỡ như Lao Ái (tình nhân của thái hậu Triệu Cơ, mẹ Tần Thủy Hoàng) với cái dương vật to tổ bố đang thọc vô bánh xe quay tít để phô trương bản lĩnh.

Cô vợ bé Việt Nam không còn con đường nào khác, đành phải ngã vào lòng chàng Lao Ái. Cô đã rước chàng ta về nhà, đã lên giường với nó, đã ngủ với nó cả trăm lần, đã bị nó bạo hành, đánh cho gãy tay, phù mỏ bao nhiêu lần... nhưng vẫn phải bám lấy nó vì trong suốt mười mấy năm qua (kể thừ khi Liên Xô sụp đổ) đã sinh cho nó một đàn con lúc nhúc, đã đem nhà cửa ruộng vườn sang tên cho nó. Và nó đã xây cái vạn lý trường thành chung quanh nhà, xây luôn sân bay, căn cứ quân sự ngoài biển Đông, mìn bẫy nó gài dày đặc khắp nơi.

Ván đã đóng thuyền, người đẹp Việt Nam đã trở thành Lao Ái phu nhân rồi, Mỹ thì đang sống êm ấm với vợ con, sao còn phải trở lại Việt Nam làm gì nữa?

Vậy mà có người vẫn còn hy vọng Mỹ sẽ trở lại.

Hễ cứ nhìn thấy có nhà lãnh đạo Việt Nam nào viếng thăm Mỹ, hoặc nghe một vài câu tuyên bố giựt gân nào có hơi hướng thân Mỹ là mừng run lên, nghĩ chắc sắp có "Mã Quy".

Hễ cứ nghe các lãnh đạo Việt Nam đả kích nhau, hạ bệ nhau thì mừng lắm, cho rằng phe thân Mỹ sắp hạ bệ phe thân Tàu, phe thân Tàu đang thua, phe thân Mỹ đang thắng.

"Phe thân Mỹ" ở đâu ra vậy? Chắc từ Hội nghị Thành Đô chui ra? Hay từ Vũng Áng, từ mỏ bauxite Tây Nguyên mới xuất hiện, hoặc vừa đáp máy bay quân sự từ Hoàng Sa về?

Họ không biết rằng cho dù các lãnh đạo Việt Nam có xung đột phe phái, thậm chí có xảy ra đảo chánh đi nữa thì Mỹ cũng sẽ không can thiệp, vì đó là chuyện nội bộ của Việt Nam, chuyện ghen tuông giữa các bà vợ bé của thằng Lao Ái.

Việc gì mà Mỹ phải đụng độ với cái thằng Lao Ái đó chứ?

Còn nếu như sau chuyến đi của ông Nguyễn Phú Trọng mà người Mỹ có sang Việt Nam mở rộng hợp tác đầu tư, hoặc bán vũ khí cho Việt Nam... thì những chuyện ấy cũng đã có sẵn trong kịch bản giữa Mỹ và Trung cộng từ trước rồi.

4/7/2015

VỀ CHUYẾN ĐI MỸ
của ông Nguyễn Phú Trọng

Một số người Việt Nam, kể cả trí thức trong và ngoài nước, vẫn kỳ vọng vào chuyến đi của ông Nguyễn Phú Trọng sang Mỹ sắp tới. Họ nói: Đây là một cơ hội "ngàn năm một thuở" để Việt Nam "bẻ lái" sang Mỹ, để Việt Nam "đổi đời" sang một chế độ dân chủ, tự do...

Họ khuyến khích ông Trọng hãy sáng suốt, hãy dũng cảm, hãy chộp lấy cơ hội vàng, hãy nghĩ đến dân tộc, đến tổ quốc mà có những quyết định sáng suốt, mang tính "thời đại" mang tầm vóc "lịch sử"... vân vân...

Tôi lại nghĩ khác. Bởi vì tôi vẫn tự hỏi: Ông Trọng là ai? Vai vế của ông thế nào ở Việt Nam. Ai cũng biết ông là Tổng Bí thư đảng Cộng sản Việt Nam, nhưng đó chỉ là một cái tên gọi. Đối với các đảng viên dưới quyền ông (tức là các ủy viên trung ương Đảng) ông cũng chẳng có ảnh hưởng gì mấy. Trong Hội nghị Trung ương 6 vừa qua, ông đã phải khóc vì không ai nghe ông. Ông muốn họ truất phế ông X thì ông X lại bình chân như vại, quyền hành ngày càng lớn. Ông nói năng lẩm cẩm khiến thiên hạ chê cười, trong khi Cuba đang chuẩn bị bỏ CNCS để bắt tay với Mỹ thì ông lại đăng đàn giảng triết học Mác-Lênin cho họ.

Và bây giờ ông sắp về hưu, uy tín ngày càng sút giảm, quyền lực gần như không còn nữa.

Một người như vậy mà đi Mỹ để bàn chuyện "quốc sự" với tổng thống Obama thì sẽ quyết định được cái gì?

Nhưng cứ đặt một giả thuyết rằng ông Nguyễn Phú Trọng có nhiều quyền lực, có đủ tư cách và trí tuệ để quyết định những chuyện quốc gia đại sự, thì liệu ông có đưa Việt Nam rẽ qua hướng Mỹ được không?

Xưa nay ai cũng biết ông Trọng là người thân Trung Quốc số một Việt Nam. Ông là người giáo điều, mở miệng ra là tư tưởng Mác-Lênin vĩ đại, là "Việt Nam đang ở trong thời đại rực rỡ nhất của lịch sử". Vậy tại sao người ta lại cử một người thân tín của Trung Quốc sang Mỹ với hy vọng đổi đời?

Quý vị không thấy đó là chuyện "tréo cẳng ngỗng" sao?

Quý vị không thấy rằng một người thông minh xuất chúng như Tổng thống Obama lại có thể đặt nhiều kỳ vọng vào một ông thầy giáo dạy triết học Mác Lênin sao?

Tầm vóc của Tổng thống Obama chỉ có thể bàn "việc lớn" với những nhân vật cỡ như Tập Cận Bình (và không chừng hai nhân vật này đã bàn rồi, đã quyết định cục diện thế giới, nhất là chuyện chia chác quyền lợi tại Biển Đông rồi cũng nên).

Nếu chúng ta hiểu đó là vấn đề cơ bản, là nền tảng để người trí thức Việt Nam và hải ngoại suy nghĩ, đánh giá mối quan hệ Việt-Mỹ, đánh giá chuyến đi của ông Nguyễn Phú Trọng, thì chúng ta không nên dựa trên những sự kiện đang diễn ra trên bề nổi thời sự thế giới, hoặc dựa trên những lời tuyên bố vung vít vô tội vạ cốt để tung hỏa mù, đánh lạc dư luận... mà đánh giá tình hình vốn rất phức tạp của Việt Nam hiện nay.

Còn chuyện Tổng thống Obama có tiếp đón long trọng ông Tổng bí thư hay không lại thuộc về nghi thức lễ tân, về các màn trình diễn chính trị nhan nhản trong lịch sử ngoại giao thế giới. Những thứ ấy chẳng có giá trị gì cả.

Vậy ông Nguyễn Phú Trọng đi Mỹ để làm gì?

Tôi cho rằng một viên chức quèn của Bộ Ngoại giao Bắc Kinh cũng có thể trả lời được câu hỏi ấy.

TAM ĐOẠN LUẬN
giả cầy

Một ví dụ kinh điển của Aristote về tam đoạn luận (syllogism) như sau:

"Mọi người ai cũng phải chết. -Socrate là người. -Vậy Socrate cũng sẽ chết".

Một ví dụ khác về phép loại suy (analogy):

"A bằng B, B bằng C, vậy A bằng C"

Hiện nay, câu chuyện của Phùng Quang Thanh cũng đẻ ra nhiều suy đoán. Chúng ta hãy loại bỏ những suy đoán nặng cảm tính và thành kiến, chỉ xét những suy đoán thuộc loại "tầm cỡ" như của các vị giáo sư tiến sỹ nổi danh ở bên Úc, bên Bỉ, bên Canada, bên Mỹ, bên Pháp...

Có thể nói hầu hết những suy đoán của các vị này đều tập trung trong mấy ý chính sau đây:

-Phùng Quang Thanh thuộc phe thân Trung Quốc vậy kẻ giết Phùng Quang Thanh phải thuộc phe chống Trung Quốc, tức là thân Mỹ.

-Phùng Quang Thanh thuộc phe bảo thủ, vậy kẻ giết Phùng Quang Thanh phải thuộc phe cấp tiến, thân phương Tây.

Bài viết của các vị này khá công phu nhưng đọc kỹ thấy chẳng dựa trên một nền tảng lý luận vững chắc nào cả. Tam đoạn luận cũng không phải mà loại suy cũng rất giả cầy. Lý luận của họ rặc cảm tính, ba phải, ba trợn và dễ vỡ.

Họ bảo: "Phùng Quang Thanh thuộc phe thân Trung Quốc vậy kẻ giết Phùng Quang Thanh phải thuộc phe chống Trung Quốc."

Nói như thế chẳng khác nào nói: Anh A yêu cô B, vậy kẻ giết anh A nhất định là phải ghét cô B.

Đó là thứ lý luận rất buồn cười. Bởi vì kẻ giết anh A cũng có thể vì quá yêu cô B.

Lại lập luận: "Phùng Quang Thanh thuộc phe bảo thủ, vậy kẻ giết Phùng Quang Thanh phải thuộc phe cấp tiến, thân phương Tây".

Nhưng kẻ giết anh A hoàn toàn có thể là một thằng nghiện ma tuý hay một ông chồng bị anh A cuỗm mất bà vợ yêu, cho dù anh A có bảo thủ hay cấp tiến cũng đếch cần biết!

Trường hợp Phùng Quang Thanh không thể đem Tam Đoạn Luận hay Phép Loại Suy ra áp dụng được, cho dù đó là cái thứ tam đoạn luận và loại suy thuộc trình độ vỡ lòng.

Thế mà các ông giáo sư tiến sỹ bên Tây bên U cứ đem cái lý luận giả cầy ấy mà kết luận rằng việc thanh toán Phùng Quang Thanh

19

chứng tỏ rằng trong hàng ngũ lãnh đạo Việt Nam đang có một phe thân Mỹ, thân phương Tây.

Phe thân Mỹ, thân phương Tây ư?

Ở Việt Nam hiện nay, phe thân Mỹ và thân phương Tây chính là QUẦN CHÚNG, không dính dáng gì tới vụ Phùng Quang Thanh cả.

Đừng nói một ông Phùng Quang Thanh, cho dù có 10 ông Phùng Quang Thanh biến mất khỏi thế gian này, thì cũng không làm cho chính sách đối ngoại của ĐCSVN thay đổi một ly ông cụ nào đâu ạ.

Mấy chuyện
THỜI SỰ LẶT VẶT

1. Chuyện Cu-ba và Cu-con

Tôi vốn dốt chính trị nên mỗi lần muốn hỏi một điều gì cho "sáng" đều phải mời anh bạn già tên là Ba Trợn ra quán cóc, đãi ly cà phê rồi mới dám hỏi:

-Huynh ơi, cái nước Cu-ba coi vậy mà ngon. Mấy mươi năm theo chế độ cộng sản, thế rồi đùng một cái, bắt tay với Mỹ, xã hội thoải

20

mái hẳn ra, dân tình dễ thở, nhảy nhót reo cười, chỗ nào cũng cắm cờ Mỹ, cứ như ngày quốc khánh của họ vậy.

-Ừ, vậy đó. Rồi sao?

-Rồi tui muốn hỏi huynh: Tại sao Cu-ba làm chuyện ấy được mà Việt Nam mình làm không được?

-Tại vì Cu-ba ở rất xa Trung cộng và ở sát nách Mỹ nên nó theo Mỹ được còn mình thì không.

-Nhưng mà vì sao chứ?

-Vì mình ở sát nách Trung Cộng và ở rất xa Mỹ, nếu mình bắt chước Cu-ba thì Trung cộng nó "đục" một phát là mình phù mỏ liền. Thằng Mỹ ở xa nửa vòng trái đất đỡ sao kịp. Mà chưa chắc nó đã muốn đỡ.

Tôi bèn đốt thêm điếu thuốc, đưa cho Ba Trợn, hỏi tiếp:

-Còn có nguyên nhân nào nữa không?

-Còn chứ. Cu-ba làm được vì trên lãnh thổ Cu-ba không có các căn cứ của Trung cộng như Bản Giốc, Vũng Áng, Bô-xít Tây Nguyên, nhiệt điện Vĩnh Tân... và các căn cứ quân sự ở Hoàng Sa, Trường Sa. Cu-ba cũng không có Campuchia án ngữ quậy phá phía Nam... còn ta là Cu-con, ta đang bị bao vây tứ phía. Cu-ba cũng không bị lệ thuộc Trung cộng nặng nề về chính trị, kinh tế, văn hoá, quân sự... như Việt Nam hiện nay. Vì thế Cu-ba thay đổi dễ như trở bàn tay, con Việt Nam muốn thay đổi kiểu đó phải "bước qua xác" thằng ba Tàu. Đù má, tình hình hiện nay khó như vậy đó. Chú em đừng có tưởng bở, ngoại trừ có sự quyết tâm mạnh mẽ của một lực lượng thứ ba... Hì hì...

2. Chuyện "thoát Trung" Và "thân Mỹ"

Hôm nay lại rủ Ba Trợn đi nhậu. Vừa hết xị đế, tôi thấy bứt rứt trong lòng, bèn hỏi:

-Đọc trên mạng, thấy có nhiều bài viết, nhiều ý kiến xoay quanh những vấn đề lớn như "thoát Trung", "cải tổ đảng CS" "cấp tiến"," thân Mỹ" "thân phương Tây"... Ông nghĩ sao về những vấn đề ấy?

Ba Trợn la lớn giữa chỗ đông người:

-Con nít! Con nít!

-Ông chửi tui là con nít hả?

-Tao chửi chúng nó.

-Tại sao?

-Vì bọn chúng cứ làm như Việt Nam là một nước độc lập, có chủ quyền. Chúng nó quên rằng hiện nay Việt Nam không độc lập và cũng không có chủ quyền, vậy thì tất cả những thứ như "thoát Trung" "thân Mỹ"... ai có thể thực hiện?

Cũng giống như con ngựa bị xích chân và nhốt trong cũi sắt mà cứ nói về thảo nguyên mênh mông, về những chân trời, những miền đất lạ... há chẳng phải là hoang đường sao?

Chúng ta chỉ có thể bàn về chuyện "thoát Trung" ở góc độ một quốc gia đang bị Tàu đô hộ. Ở góc độ một "An Nam đô hộ phủ" dưới sự thống trị của quân Nam Hán, và trên cương vị Ngô Quyền.

Thoát Trung từ thân phận ấy sẽ khó khăn hơn trước Hội nghị Thành Đô rất nhiều. Đó là thảm hoạ của dân tộc Việt Nam nhưng chúng ta không thể chạy trốn thảm hoạ đó. Chúng ta không thể bắt chước con đà điểu, lẩn trốn thực tế phũ phàng để tự lừa dối mình được.

Tao nói điều này có vẻ nghịch lý, khó nghe, khó chấp nhận, nhưng trên thực tế đảng CSVN đã chấm dứt vai trò chống ngoại xâm rồi. Họ đã bị vô hiệu hoá và hoàn toàn không còn làm nhiệm vụ ấy được nữa. Vì vậy kỳ vọng vào họ để thoát Trung là rất ngây thơ.

Và điều khủng khiếp là dường như Mỹ cũng đã chấp nhận sự đô hộ của Trung cộng ở VN, coi nó như một "thực thể".

Vậy mà có nhiều người rất vui mừng về chuyến đi Mỹ của ông Nguyễn Phú Trọng. Tao buồn quá. Đôi khi vẫn tự hỏi mình có phải là một kẻ bi quan. Hay chỉ là một thằng khùng?

3. Ai "lú"?

Đêm qua, tôi nằm mơ thấy gặp ngài Tổng Bí thư. Trong giấc mơ, với tư cách nhà báo, tôi hỏi:

-Thưa ngài, ngài có thể cho biết thành công nhất trong chuyến đi Mỹ của ngài vừa qua là gì không?

Ông Trọng vui vẻ, tươi cười đáp:

-Chẳng có gì rõ rệt, tôi và Tổng thống Obama chỉ nói chuyện xã giao là chính. Nhưng khi trở về Việt Nam, đọc lại báo chí, Internet và nhất là Facebook tôi mới nhận ra mình vừa đạt được một thành công rực rỡ.

-Thưa ngài, đó là thành công gì vậy?

Ngài Tổng bí thư tựa ngửa vào chiếc ghế bành đối diện tôi, cười một tràng dài, sảng khoái.

Ông nói:

-Anh biết đấy, khi tôi còn ở Mỹ, nhiều trí thức Việt Nam dự đoán là sau chuyến viếng thăm "lịch sử" này trở về, tôi sẽ làm cho Đảng CSVN thay đổi 180 độ.

-Vâng ạ, nhiều người vẫn đoán như thế ạ. Nhưng xin hỏi tại sao ngài lại cười?

-Vì lâu nay các ông trí thức ấy vẫn chê tôi là "lú", còn bây giờ thì tôi đã chứng minh cho bọn họ thấy rằng HỌ "LÚ" CHỨ TÔI KHÔNG LÚ.

Những bài học
từ ESPERANTO

Cách đây hơn 130 năm, một học giả, một nhà ngôn ngữ học Ba Lan tên là Ludwik Lejzer Zamenhof đã chắt lọc những tinh hoa của các ngôn ngữ châu Âu như tiếng Tây Ban Nha, tiếng Anh, tiếng Pháp, tiếng Đức... để sáng chế ra một thứ ngôn ngữ vừa dễ học, dễ nói, dễ viết, lại rất khoa học, rất trong sáng... gọi tên là Quốc tế ngữ Esperanto.

Trong khoảng thời gian 13 năm (từ 1872 đến 1885), ngôn ngữ Esperanto không ngừng được các học giả châu Âu, nhất là các tu sĩ công giáo La Mã hoàn thiện, trở thành một ngôn ngữ toàn bích, được nhiều người kỳ vọng là một ngôn ngữ chung của toàn nhân loại. Chẳng bao lâu loài người sẽ nói chung một thứ tiếng, viết chung một chữ viết, mọi rào cản ngôn ngữ trước đây sẽ không còn nữa, loài người hiểu nhau hơn, gần gũi và thân ái hơn.

Đó là giấc mơ đẹp của một thế giới đại đồng.

Thế nhưng giờ đây, sau hơn 130 năm, nhắc đến từ "Esperanto" có lẽ không mấy người biết nó là cái gì.

Theo kết quả điều tra của Liên Hiệp Quốc vào năm 1996 thì số người sử dụng Quốc tế ngữ Esperanto chỉ là khoảng từ 200 cho tới 2.000 người. Có khoảng 2 triệu người khác trải khắp 115 quốc gia và vùng lãnh thổ sử dụng ngôn ngữ này như ngôn ngữ thứ hai của mình. Hai triệu người này đa số là các nhà nghiên cứu ngôn ngữ học và các tu sĩ dùng Esperanto để… dịch Kinh Thánh.

Tại sao một công trình ngôn ngữ học đồ sộ như thế, chuyên nghiệp như thế, đầy tâm huyết và có mục đích cao đẹp như thế lại bị nhân loại lãng quên, bị ruồng bỏ một cách phũ phàng?

*

Để trả lời câu hỏi đó, chúng ta thử suy nghĩ về sự bành trướng như vũ bão của tiếng Anh, một ngôn ngữ được cả nhân loại chào đón, học tập, rèn luyện, nói, viết, đọc và nghiên cứu trên khắp mọi lãnh vực: khoa học, kỹ thuật, lịch sử, văn học, chính trị, tôn giáo, xã hội…

Từ già đến trẻ, từ trí thức tới bình dân, từ châu Âu, châu Mỹ cho tới châu Á, châu Phi, từ các đô thị văn minh hiện đại cho tới những làng quê hẻo lánh, từ đồng bằng cho tới những vùng cao nguyên núi đồi heo hút hay hải đảo xa xôi… đâu đâu người ta cũng học tập, rèn luyện tiếng Anh.

Tại sao vậy?

Câu trả lời cũng chẳng có gì khó. Dường như một đứa con nít cũng trả lời được: ngoài sự giản dị và trong sáng của nó, tiếng Anh còn gắn liền với một siêu cường quốc không chỉ về quân sự mà còn về khoa học, kỹ thuật, văn học, kinh tế, tài chính... đó là Hoa Kỳ.

Tất cả mọi quốc gia, tất cả những ai nếu muốn được văn minh hiện đại, nếu muốn được giàu mạnh, nếu muốn được phát triển... đều phải học tập Anh, Mỹ. Mà muốn học tập Anh, Mỹ thì phải thông thạo mọi kỹ năng của tiếng Anh như: Nghe, Nói, Đọc, Viết.

Quốc tế ngữ Esperanto bị ruồng bỏ vì sao? Đơn giản là vì nó đứng chơi vơi, nó không gắn với một siêu cường nào cả. Học Esperanto để làm cái gì? Có tài liệu, sách vở về khoa học kỹ thuật nào viết bằng tiếng Esperanto? Có công trình nghiên cứu y khoa, sinh học, hoá học, vật lý... tiên tiến nào viết bằng Esperanto? Có tài liệu về kinh tế, tài chính... nào viết bằng cái thứ quốc tế ngữ ấy không? Thậm chí đi du lịch mà nói tiếng Esperanto thì có ai mà nghe?

Cho nên một ngôn ngữ muốn phát triển thành Quốc Tế Ngữ, tất yếu phải gắn liền với một đất nước giàu mạnh và phát triển mọi mặt.

Esperanto chết yểu vì nó không dựa vào một sức mạnh nào cả. Nó không phải là chìa khoá để mở cánh cửa tri thức.

Bây giờ chúng tôi xin đề cập đến một lĩnh vực quan trọng hơn Espreanto rất nhiều: Đó là học thuyết chính trị.

Lấy học thuyết của Karl Marx làm ví dụ.

Nếu cuốn Tư Bản Luận của Marx không được lọt vào mắt xanh của Lênin thì nó cũng chỉ là một cuốn sách bị bỏ quên trong ngăn tủ đầy bụi bặm và chắc chắn là đã bị mối mọt đục khoét nát bét cả rồi.

May cho cái học thuyết ấy (và rủi cho nhân loại), Lênin đã đọc và đã tìm thấy một "cơ hội kinh doanh chính trị" giống như một doanh nhân tình cờ chộp được một ý tưởng làm giàu đâu đó trên trang rao vặt của một tờ báo lá cải.

Lênin đã hiểu cuốn Tư Bản Luận theo cách riêng của mình. Nói trắng ra, ông ta đã lợi dụng cái học thuyết ấy để dụ dỗ đám dân nghèo cùng khổ, tập hợp họ, kích động họ, biến họ thành một sức mạnh, một lực lượng đáng nể, tiến hành thành công cuộc cách mạng Tháng Mười.

Khác với Esperanto, học thuyết chính trị của Marx đã dựa vào quần chúng lao động Nga, dựa vào cơ bắp của những người cùng khổ, dựa vào súng và lòng thù hận những thối nát của chế độ Sa hoàng. Và nó đã làm nên chuyện.

Nhưng học thuyết chính trị của Marx cũng bắt đầu lung lay vào những năm cuối của thập niên 1980 khi Gorbachov nhìn thấy sự tan rã "không gì ngăn cản nổi" của chính quyền Xô-viết. Vào thời điểm này thì số phận của chủ thuyết chính trị Mác-Lê bắt đầu giống như số phận của Esperanto: Nó đang mất chỗ dựa vào quần chúng.

Thế rồi ngày 26 tháng 12 năm 1991 nhà nước Liên-xô sụp đổ.

Sự sụp đổ ấy một lần nữa chứng minh rằng dù là "học thuyết ngôn ngữ" hay "học thuyết chính trị" thì muốn tồn tại và phát triển cũng đều phải dựa vào một sức mạnh vững chắc nào đó.

Ngày nay thì học thuyết chính trị Mác-Lênin đã hoàn toàn biến mất trên toàn thế giới, kể cả Bắc Triều Tiên, Cuba, Trung Quốc và Việt Nam, vì thực tế, tại 4 quốc gia này, chủ nghĩa Mác-Lênin chỉ còn là cái tên gọi.

*

Sự tàn lụi của Esperanto và chủ nghĩa Mác-Lênin là một bài học lớn của nhân loại.

Thế mà hiện nay tại Việt Nam và hải ngoại, có một số trí thức tạm gọi là "lý thuyết gia" đang có tham vọng phổ biến những học thuyết của họ, hòng làm nền tảng tư tưởng chính trị cho dân tộc Việt Nam "hậu cộng sản".

Tính tôi thích minh bạch, không ưa úp úp mở mở. Tôi nói thẳng là tôi rất chán chủ nghĩa cộng sản (điều này đã được thể hiện bằng rất nhiều bài báo ký tên tôi), nhưng tôi lại rất buồn cười khi biết có những trí thức đã bỏ bao nhiêu tim óc ra để lập những học thuyết "dẫn đường cho dân tộc Việt Nam hậu cộng sản".

Vì sao?

Vì bài học ê chề của Esperanto.

Vì bài học tàn khốc của Mác-Lênin.

Hai thứ học thuyết ấy đã bị nhân loại ruồng bỏ vì nó không văn minh, không hiện đại và đầy ảo tưởng.

Không có cái gì có thể phát triển được trên sự man rợ, nghèo đói là lạc hậu.

Nếu như ngày xưa bi kịch của Trung Quốc là học thuyết Khổng Tử thì ngày nay bi kịch ấy lại chính là học thuyết Mác-Lê và cái gọi là Tư tưởng Mao Trạch Đông.

Tư tưởng Mác-Lê và Mao đã tồn tại được một thời gian vì họ có súng, còn tư tưởng của Khổng Tử thì vô cùng thảm hại. Khổng Tử cùng các học trò của mình lang thang hết nước này đến nước kia mà không ai dùng, có lần suýt chết đói, thầy trò họ rách rưới như những người ăn mày. Bữa kia, Nhan Hồi gặp một ông lão, ông này mô tả Khổng Tử "như một con chó mất chủ".

Hỡi các ông trí thức rắp tâm xây dựng những học thuyết chính trị mới cho Việt Nam! Các ông hãy học bài học của Esperanto và nhất là bài học của Khổng Tử. Học thuyết của các ông sẽ dựa vào sức mạnh nào để tồn tại và phát triển?

Dựa vào dân ư? Tôi xin các ông. Dân tộc Việt Nam đã sợ chết khiếp các học thuyết chính trị rồi. Dân tộc Việt Nam không cần học thuyết nào cả. Đó là những món hàng xa xỉ. Đó là son phấn, là kem dưỡng da, là kem trị mụn, trị nám... Dân tộc Việt Nam cần khoa học kỹ thuật tiên tiến, cần những giải pháp kinh tế tài chính tiên tiến và thực dụng. Dân tộc Việt Nam cần cơm gạo, thịt cá, vải vóc, trường học và bệnh viện. Dân tộc Việt Nam cần tự do, dân chủ, nhân quyền.

Những thứ đó tìm ở đâu?

Xin thưa, khỏi cần tìm. Thế giới văn minh Âu Mỹ đã có sẵn. Chỉ cần một con gà luộc, bái họ làm sư phụ, họ dạy cho mà làm.

Cần gì phải mày mò sáng tạo. Những trò "chế tạo tàu ngầm của anh Hai Lúa" những trò "chế tạo xe tăng, máy bay trực thăng của anh thợ rèn, thợ điện" nào đó... xin làm ơn dẹp giùm tôi. Đó là những trò nhảm nhí. Đó không phải là khoa học kỹ thuật tiên tiến, đó là những đồ chơi xạo ke, chẳng được cái tích sự gì, chẳng có gì phải tự hào vì những thứ vớ vẩn ấy.

Sau thế chiến thứ 2, Hàn Quốc đã dẹp bỏ thù hận và lòng tự ái dân tộc để dịch nguyên chương trình sách giáo khoa của Nhật mà dạy cho lớp trẻ của dân tộc mình, nhờ thế mới có Samsung, LG, Hyundai, KIA Motors... ngày nay, nhờ thế mới có một Hàn Quốc vĩ đại ngày nay.

Nền sản xuất công nghiệp của thế giới hiện đại là một sự giao thoa, một sự trao đổi kỹ thuật và công nghệ giữa các nước. Tôi có đứa con gái là kỹ sư trong một hãng chế tạo máy bay phản lực ở Mỹ. Tôi có đến tham quan nhà máy ấy, mới biết rằng máy bay của họ xài động cơ nhập từ Anh quốc, hệ thống điện tử nhập từ Australia... cho nên tôi nghĩ rằng đối với các nước đang phát triển, thì trước mắt ta cứ chấp nhận dây chuyền lắp ráp của các nước tiên tiến, nhưng ta phải dần dần nắm bắt công nghệ sản xuất linh kiện, phụ tùng thay thế, tiến tới chế tạo sản phẩm công nghệ cao một cách hoàn chỉnh, làm tiền đề cho một nền công nghiệp tiên tiến.

Chúng ta cần học những công nghệ tiên tiến có sẵn. Không cần mày mò nghiên cứu (vì với trình độ dốt nát của ta thì chuyện đó tốn cả ngàn năm, chưa chắc đã ra cái con khỉ gì). Cương quyết dẹp bỏ những kiểu sáng tạo tào lao như "Hai Lúa chế tàu ngầm".

Còn chuyện "chính trị" thì cũng thế thôi. Cần gì phải mày mò "chế tạo" ra các thứ học thuyết cao siêu, rắc rối. Cứ bê nguyên xi những khái niệm về tự do, dân chủ, nhân quyền, về tam quyền phân lập... của Âu Mỹ về mà xài. Nhanh gọn, tiện lợi. Chất lượng tuyệt hảo, chuẩn không cần chỉnh.

Chúng ta phải thực tế, phải thực dụng... may ra... may ra... Lạy Chúa tôi. Xin các anh "Hai Lúa học thuyết chính trị" đừng đem những cái "tàu ngầm triết học" về Việt Nam nữa. Con lạy các cha!

Kính bái! Kính bái!

ĐÀO HIẾU
một lý thuyết gia khùng

Hắn sẽ nói nhảm một cách tuyệt vời.

Hắn vừa nốc cạn chai Chivas Regal, aged 200 years (xạo!).

Cho đến nay, sau khi ông Nguyễn Phú Trọng viếng thăm Mỹ trở về, thì mọi dự đoán: "Tình hình Việt Nam sẽ xoay 180 độ theo Mỹ" đã bị thực tế chứng minh là ngây thơ, hời hợt.

Nhưng lại có người đặt câu hỏi: Vậy thì tại sao Việt Nam không nhúc nhích mà Mỹ lại xoay 180 độ bằng hành động lạnh nhạt với cộng đồng người Việt tại Hoa Kỳ và phong trào dân chủ tại Việt Nam?

Tôi cho rằng Mỹ đã nhìn thấy một thực trạng không thể đảo ngược (và họ nghĩ: việc gì phải đảo ngược cho rách việc!) đó là Việt Nam đã thực sự là một chư hầu của Trung cộng và Mỹ mời ông Nguyễn Phú Trọng đến chỉ để thông báo rằng: Chính phủ Mỹ biết rõ điều đó và chấp nhận điều đó, rằng các bác cứ yên tâm làm chư hầu của Tàu, chúng tôi tôn trọng "thể chế chư hầu" ấy, chúng tôi chấp nhận sự khác biệt về chế độ chính trị của mỗi nước.

OK, cứ thế mà chúng ta chơi với nhau.

Vậy là hiện nay dân tộc Việt Nam phải chịu thêm một khổ nạn nữa: Trước đây đảng CSVN chỉ có mỗi ông Ba Tàu chống lưng, còn bây giờ lại có thêm Chú SAM làm chỗ dựa. Thế thì nhất cụ Nguyễn Phú Trọng rồi còn gì!

Thực ra không phải cụ Trọng tài giỏi gì, chẳng qua trước khi gặp ông Obama, cụ đã sang Tàu lãnh giáo Tập tiên sinh kỹ lắm rồi. Còn ông Obama, trước khi gặp cụ Trọng thì cũng đã ngoéo tay với Mr Tập Cận Bình rồi.

-Thế nhé Tập Tiên Sinh, Obama nói, tại hạ sẽ tiếp Trọng lão gia một cách chu đáo để giữ thể diện. Và mọi việc sẽ đâu vào đấy. Việt Nam và Trung Quốc là một. Với tư cách Tổng thống Mỹ tôi cam kết điều ấy, tôi công nhận điều ấy. Thế là Việt Nam thân Mỹ nhé! Nhưng thân Mỹ theo kiểu Tàu, thân Mỹ trên tư thế chư hầu của Tàu.

Bạn có tức không?

Chắc chắn là ai cũng tức.

Vì thế mới có nhiều người kỳ vọng một Gorbachov của Việt Nam.

Vậy thì: Liệu Việt Nam có thể có một Gorbachov không?

Để giải đáp câu hỏi hóc búa ấy chúng ta hãy lật tài liệu xem Gorbachov là ai? Quá trình ông ta phá vỡ đảng cộng sản Liên Xô ra sao? (Hấp dẫn cực kỳ. Đón đọc bài "Gorbachov của Việt Nam của Đào Hiếu nhé. Lão đang xỉn, éo viết được nữa)

Hỏi đáp về
GORBACHOV
CỦA VIỆT NAM

HỎI: Năm 1986 tình hình chính trị ở Liên Xô rối ren, xã hội nghèo đói, bất công, tham nhũng tràn lan, cũng giống như tình hình Việt Nam hiện nay, đúng không?

ĐÁP: Đúng. Lúc đó các nhà lãnh đạo Liên Xô nhìn thấy nguy cơ sụp đổ của chính quyền, nên tìm cách cứu vãn. Người nổi tiếng nhất là Gorbachov. Ông thiết lập những mối quan hệ với nhiều nhà lãnh đạo phương Tây, như Thủ tướng Đức Helmut Kohl, Tổng thống Hoa Kỳ Ronald Reagan và Thủ tướng Anh Margaret Thatcher.

Ngày 11/10/1986 Gorbachov và Reagan gặp nhau và đã ký Hiệp ước Giải trừ Vũ khí Tầm trung ở Châu Âu.

HỎI: Vậy Việt Nam hiện nay có thể có một nhà lãnh đạo cỡ như Gorbachov không?

ĐÁP: Không. Vì Gorbachov là nhà lãnh đạo của một siêu cường nguyên tử, độc lập và có chủ quyền. Ông ta có quyền quyết định sự thay đổi thể chế mà không bị ai đe doạ. Tập Cận Bình ngày nay cũng là lãnh tụ một siêu cường nguyên tử, có chủ quyền. Nếu Tập muốn thay đổi, thì Trung Quốc sẽ thay đổi. Nếu Tập muốn làm một Gorbachov của Trung Quốc thì điều đó không mấy khó khăn.

Nhưng Việt Nam thì không. Vì Việt Nam chỉ là một nước nhỏ, yếu, lạc hậu, và quan trọng nhất là Việt Nam đã để mất chủ quyền vào tay Trung cộng. Mà đã mất chủ quyền thì làm sao có thể quyết định vận mệnh quốc gia, chuyện nhỏ như muốn bổ nhiệm một bộ trưởng ngoại giao còn phải được sự đồng ý của Trung cộng, thử hỏi ai có thể đứng ra làm Gorbachov?

HỎI: Tại sao Trung Cộng có quyền hành bao trùm Việt Nam như vậy?

ĐÁP: Vì các nhà lãnh đạo Việt Nam đã tạo mọi điều kiện thuận lợi cho Trung cộng ém quân trên lãnh thổ Việt Nam mà cụ thể là Tây Nguyên (Bauxite), Trung nguyên (Vũng Áng, Formosa), Bình Thuận (Vĩnh Tân) và biển Động (Hoàng Sa, Trường Sa). Trung cộng đã xây các căn cứ quân sự và sân bay trên hai hòn đảo này của Việt Nam. Trung cộng còn nắm các nền kinh tế mũi nhọn của Việt Nam như quặng mỏ, điện lực, xây dựng, giao thông, lương thực, thực phẩm, may mặc...

HỎI: Tuy Trung cộng đã bao vây Việt Nam dày đặc, nhưng nếu có một nhà lãnh đạo VN đứng lên tuyên bố "thoát Trung" thì sao?

ĐÁP: Thì sẽ bị quy là "chống Đảng", là tạo phản. Và bị Trung cộng loại ngay lập tức.

36

HỎI: Vậy thì nếu vị lãnh đạo ấy làm đảo chánh, cướp chính quyền, xoá bỏ Đảng cộng sản, liên minh với Hoa Kỳ thì sao?

ĐÁP: Ở Việt Nam hiện nay chỉ duy nhất một kẻ có thể làm đảo chánh: đó là Trung cộng, vì các thế lực chính trị, quân sự, kinh tế, tài chánh... của Việt Nam đều nằm trong tay Trung cộng, thì anh lấy lực lượng nào để đảo chánh?

Vậy nếu có đảo chánh ở Việt Nam thì đó chính là Trung cộng đảo chánh, bất luận người đứng đầu đảo chánh là ai.

HỎI: Nhưng nếu người đứng đầu đảo chánh là Gorbachov thì sao?

ĐÁP: Ủa? Gorbachov là người Nga mà?

HỎI: Ý tôi muốn nói tới một Gorbachov của Việt Nam?

ĐÁP: Nếu ở Việt Nam có một vị lãnh đạo nào đó có trong túi vài chục trái bom nguyên tử, nếu Việt nam là một siêu cường có đầy đủ độc lập và chủ quyền, thì có thể có một Gorbachov. Một con cừu không thể biến thành Gorbachov được.

HỎI: Thế một con cừu có thể biến thành Aung San Suu Kyi như Myanmar không?

ĐÁP: Cũng không luôn. Sở dĩ Myanmar có Aung San Suu Kyi vì trên lãnh thổ của họ không có những lãnh địa của Trung cộng kiểu như Bauxite, Formosa hay các căn cứ quân sự ở Hoàng Sa, Trường Sa. Và nhất là Myanmar không hề có 16 chữ vàng. Do vậy đừng nói là

Gorbachov, ngay cả Aung San Suu Kyi cũng không thể có ở Việt Nam.

HỎI: Thế còn Cuba? Tại sao hai nước Mỹ - Cuba sau 50 năm thù nghịch bỗng đùng một phát, sau chuyến viếng thăm của Đức Giáo Hoàng, họ trở thành bạn bè? Tại sao Việt Nam không làm được điều đó?

ĐÁP: Vì có bố già Trung Cộng cầm con dao phay đứng ngay trước mặt, còn Mỹ thì ở xa ngàn dặm. Vì trên lãnh thổ Cuba không có căn cứ quân sự của Trung Cộng. Vì nền kinh tế Cuba không lệ thuộc vào Trung Cộng. Vì Cuba và Trung Cộng không có 16 chữ vàng. Và quan trọng nhất là Mỹ và Cuba ở cạnh nhau, đánh nhau cũng dễ mà bắt tay nhau cũng dễ, thằng ba Tàu muốn xía vô cũng đếch được.

HỎI: Vậy, tóm lại là chúng ta hết hy vọng về một Gorbachov của Việt Nam?

ĐÁP: Gorbachov thì không, nhưng Gor-ba-xạo thì có đấy. Và cả khối người vẫn bị lừa.

(02/01/2016)

TRIẾT GIA
và ông thần đèn

Có một triết gia nọ, tài cao học rộng, tư tưởng uyên bác và lòng yêu nước thì mênh mông như biển cả. Nhưng ông thường hay sầu thảm vì thấy Việt Nam suốt mấy ngàn năm lịch sử, lúc nào cũng chiến tranh liên miên, sau đó lại rơi vào xung đột giữa chủ nghĩa tư bản Mỹ và chủ nghĩa cộng sản Nga, Tàu. Đến khi hoà bình thống nhất thì lại độc tài, tham nhũng tràn lan làm cho đất nước tụt hậu quá xa so với thế giới, kế tiếp là Tàu cộng tìm cách thôn tính Việt Nam trên mọi lãnh vực, chính trị, quân sự, kinh tế, văn hoá, lãnh thổ, biển đảo...

Triết gia nghĩ rằng chỉ có một con đường cứu nước là nghĩ ra một học thuyết mới, không phải tư bản mà cũng không phải cộng sản, để làm tư tưởng chỉ đạo cho cả dân tộc Việt Nam, thay thế triết học Mác-Lênin hiện nay, thì mới có thể đem lại độc lập, tự do và hoà bình trường cửu cho dân tộc.

Triết gia bèn vắt óc, suy tư nhiều năm liền và viết xong một tác phẩm dày cộm lấy tên sách là CỨU QUỐC LUẬN.

Triết gia mừng lắm, bèn khoe với người bạn thân là một nhà báo. Nhà báo xem qua một lúc rồi hỏi:

-Anh có biết Việt Nam ta từng có một triết gia lớn không?

-Ai vậy?

-Đó là Trần Đức Thảo. Ông Thảo học triết bên Pháp và từng được nhà văn Jean Paul Satre (người từ chối giải Nobel văn chương năm 1964) công nhận là một tài năng lớn triết học... Nhưng khi ông Thảo theo Bác Hồ về Việt Nam thì anh biết ông ta được giao nhiệm vụ gì không?

-Nhiệm vụ gì?

-Giáo sư triết, nhưng sau đó ông bị quy tội dính líu đến Nhân văn Giai phẩm khi công bố hai bài báo có bàn đến tự do, dân chủ. Trần Đức Thảo bị cấm giảng dạy, phải dịch thuật lặt vặt để sống, phải bán dần những bộ từ điển để ăn. Ông bị cắt đứt mọi liên hệ với thế giới, bị cô lập ngay giữa đồng bào của mình... chính vì vậy tôi khuyên anh không nên công bố cuốn sách này.

Triết Gia nghe vậy có vẻ bất bình, ông quyết định đến nhà xuất bản để xin giấy phép in sách. Biên tập viên hẹn ông một tháng quay lại.

Một tháng sau, ông đến nhà xuất bản. Người biên tập nói:

-Việt Nam là một nước xã hội chủ nghĩa do Đảng Cộng Sản lãnh đạo toàn diện, nhưng tác phẩm của chú lại chủ trương thay thế chủ nghĩa Mác bằng một tư tưởng khác vì thế chúng tôi không thể cấp phép in được.

Triết Gia giận lắm, bèn đem bản thảo về nhà, trằn trọc nhiều đêm không ngủ được. Chợt nhớ mình có một cây đèn cũ mua được trong một chuyến du lịch Ai Cập đã lâu lắm, triết gia bèn lấy ra, bắt chước Aladdin dùng tay chà xát lên cây đèn cầu may. Chẳng ngờ một luồng khói trắng phụt ra và ông thần đèn xuất hiện to lớn như một con gấu.

-Thưa chủ nhân, thần đèn cúi chào Triết Gia và nói, thuộc hạ là thần đèn, xin nghe lệnh.

Triết gia thích quá, bèn đưa cho thần đèn tác phẩm triết học của mình và nói:

-Ta đang cần một tờ giấy phép xuất bản tác phẩm này.

Tức thì tờ giấy phép hiện ra ngay trên bàn viết của Triết gia.

Triết gia cả mừng, bèn chạy đến nhà in. Giám đốc nhà in hỏi:

-Ông muốn in bao nhiêu cuốn?

Triết gia nhẩm tính: Dân số Việt Nam khá đông. Hay là... hay là...

-Tôi in một triệu cuốn.

-Một triệu? Giám đốc trố mắt kinh ngạc. In một triệu cuốn sao?

-Chính xác. Một triệu.

-Trời ơi! Ông đùa với tôi đấy à? Hiện nay sách của những tác giả nổi tiếng nhất cũng chỉ in 3.000 cuốn. Còn thường thì 1.000 cuốn. Chưa kể những sách khô khan như cuốn triết học này thì chỉ nên in 500.

-Vậy thì tôi in 3.000 cuốn.

Sách in xong, triết gia bèn gởi cho công ty phát hành, bán trên toàn quốc.

Ba tháng sau, triết gia đến công ty phát hành sách nhận tiền, nhưng người ta trả lời là chỉ bán được 3 cuốn trên toàn quốc.

Triết gia giận quá, bèn đến gặp anh bạn nhà báo. Nhà báo giải thích:

-Độc giả bây giờ chỉ thích đọc truyện đánh ghen, chuyện ngoại tình, chuyện hình sự, không ai quan tâm tới triết học.

-Nhưng Việt Nam có tới cả chục triệu tiến sĩ, thạc sĩ, cử nhân mà.

-OK. Nhưng cái đám này chỉ thích đọc mấy cái status ngắn ngắn trên phây-búc, không ai rảnh mà đọc sách triết đâu.

Triết gia quá thất vọng. Lại ngủ không được, bèn gọi thần đèn.

-Ngươi giúp ta phát hành sách được không?

-Phát hành bao nhiêu cuốn?

-Việt Nam có 90 triệu dân. Ngươi in cho ta 90 triệu cuốn rồi đem tới đặt trên đầu giường mỗi người một cuốn. Có được không?

-Chuyện nhỏ, thưa chủ nhân.

Thế là sáng hôm sau mỗi người Việt Nam, già trẻ, lớn bé... khi thức dậy đã thấy ngay bên gối mình một cuốn CỨU QUỐC LUẬN.

Trong số 90 triệu người ấy thì có đến 80 triệu người không biết đó là sách gì. Họ đọc vài dòng, không hiểu gì cả, bèn chuyển ra chợ gói đồ. Còn lại 10 triệu cuốn kia lọt vào tay những người có học. Trong số ấy có rất nhiều cán bộ tuyên giáo và công an văn hoá. Lập tức một lệnh "tịch thu sách khẩn cấp" được ban ra:

"Sách in lậu, có nội dung phản động. Lệnh cho toàn quốc tịch thu và tiêu huỷ."

Thế là mỗi tỉnh thành, mỗi quận huyện, mỗi thành phố... đều có những đội đến từng nhà dân lục soát, tịch thu và đem đốt. Tác giả thì bị truy nã. Chính phủ còn thông báo cho Interpol phát lệnh truy nã trên toàn thế giới.

Triết gia sợ quá bèn trốn lên núi, ở trong hang đá.

Trong cơn tuyệt vọng, triết gia bèn gọi thần đèn.

-Ngươi có cách gì cứu ta không?

Thần đèn suy nghĩ giây lát rồi nói:

-Nếu ngài muốn, tôi sẽ đưa ngài lên Thiên Đường.

Triết gia buồn bã, nói:

-Ta cũng đã nghĩ tới điều đó. Vì chỗ của ta là ở trên chín tầng mây. Ta không thể nào sống chung với loài người ngu dốt dưới trần gian này được.

BIỂN ĐÔNG
sắp nổ tung...

Hôm 27/10/2015, tàu khu trục Mỹ USS Lassen đã xâm nhập khu vực biển có phạm vị 12 hải lý mà Trung Quốc đơn phương tuyên bố chủ quyền tại bãi Vành Khăn và Subi ở Trường Sa.

Người phát ngôn của Bộ Ngoại giao Trung Quốc Lục Khảng giận sùi bọt mép, hét lớn với đám thuộc hạ đang cúi đầu run rẩy:

-Tụi bay có biết rằng hành động đó của tụi chó Mỹ đã đe dọa đến chủ quyền và lợi ích an ninh của Trung Quốc, nguy hại đến an toàn của nhân viên và cơ sở trên các đảo và bãi đá, phương hại đến hoà bình và ổn định của khu vực hay không hả?

Dám thuộc hạ thằng nào cũng đi giật lùi, mặt mày tái mét. Thấy vậy, Lục tiên sinh bèn gọi một thằng lại.

-Bẩm quan lớn?

-Làm cái đéo gì mà run như cầy sấy thế?

-Bẩm quan lớn, con sợ chiến tranh nguyên tử.

-Đồ ngu! Lập tức chở 100 thùng rượu Mao Đài ra tàu USS Lassen cho ta.

Tên nô tài ngớ người, hỏi:

-Chở rượu quý ra tàu Mỹ?

-Chính xác. Và bảo bọn Việt Nam chở nguyên một tàu các em chân dài ra đó luôn.

Tên nô tài run rẩy, thưa:

-Dạ, thuộc hạ có nghe lầm không ạ?

-Lầm cái đéo gì!

-Nhưng bọn Mỹ đem khu trục hạm tới, chúng đang chuẩn bị chiến tranh mà?

-Đồ ngu! Chúng đang đánh lưới cá trích và cá ngừ để làm món sashimi, chúng đang cần rượu Mao Đài của ta và các người mẫu chân dài của Giao Chỉ quận. Hiểu chưa?!

-Dạ... dạ...

Tên nô tài vừa quay đít lui ra thì nghe hàng loạt tiếng nổ đì đùng. Hắn sợ quá bèn chui xuống gầm bàn mà trốn.

Lục Khảng tiên sinh cả cười mà rằng:

-Tiểu nhân! Tiểu nhân! Ta bắn pháo bông chào khách mà cũng sợ chết khiếp.

Suy nghĩ về
LÀO VÀ CAMPUCHIA

Nhiều người ghét chính quyền VN quá nên thường nói Lào và Campuchia vượt xa Việt Nam. Tôi cho là chưa hẳn đúng. Tôi đến Campuchia hai lần: lần một làm phóng viên chiến trường theo bộ dội VN (Mặt Trận 479) sang Siem Riep năm 1979. Lần thứ hai là đi du lịch vào năm 2003. Đi tùm lum.

Tôi thấy dân Campuchia lớp già và có đi học (chỉ cần cấp 2 trở lên) đều biết và giỏi tiếng Pháp. Lớp trẻ bây giờ như mấy chú xe ôm cũng nói tiếng Anh khá lưu loát. Nói chung trình độ ngoại ngữ của họ giỏi hơn VN, nhưng họ nghèo lắm, họ cùng khổ lắm.

Vừa rồi có mấy anh Hai Lúa VN sang giúp họ chế tạo xe tăng, được họ trao huân chương gì đó, thực chất là tân trang mấy cái xe tăng cũ, lấy cớ moi tiền trong ngân sách quốc gia ra mà chia nhau (giống hệt Việt Nam) chứ anh Hai Lúa sao có thể chế xe tăng được.

Chế xe tăng, tàu ngầm là chuyện của các nhà bác học, chuyện của công nghệ cao, siêu đẳng, chuyện của những quy trình sản xuất hiện đại, hàng tỷ đô la... đâu phải chuyện chơi, đâu phải chuyện của mấy anh thợ rèn, thợ tiện, chỉ doạ con nít thôi. Chính phủ Việt Nam gạt bỏ mấy anh Hai Lúa ấy là đúng rồi.

Còn Lào thì tôi ở được nửa tháng. Có ăn cơm với gia đình một ông đại tá, đi nhậu với ông chủ tịch Hội nhà văn Viên Chăn, lái xe hơi (của thi sĩ Triệu Từ Truyền) chạy vòng vòng Viên Chăn chơi. Tôi thấy Lào còn tệ hơn Campuchia nữa. Nó giống như một tỉnh của Việt Nam, nó tham nhũng, nó vơ vét cũng tàn bạo như VN vậy. Chủ yếu nhà nước Lào là bán tài nguyên mà chia nhau (Lào có 20 cái mỏ vàng). Nền công nghiệp, tiểu thủ công nghiệp Lào là con số không. Ông chủ tịch Hội nhà văn Lào nói với tôi là nồi nêu son chảo bằng nhôm họ cũng không làm được, phải nhập từ Thái Lan.

Ông đại tá đãi tôi bữa cơm gia đình, thấy dĩa rau to tổ bố, mà lá rau toàn lủng lỗ do sâu ăn rách te tua. Họ kém đến độ không thể trồng rau mà ăn. Nhưng ông bà đại tá thì tự hào là Lào chỉ ăn rau sạch vì không phun thuốc trừ sâu. Thà ăn rau rách, rau thừa của sâu bọ để lại còn an toàn hơn! (?).

Thủ đô Viên Chăn thì chỉ được cái mặt tiền, toàn biệt thự lộng lẫy của mấy ông tổng bí thư, chủ tịch nước, bộ trưởng... nhưng khi tôi lái xe vòng ra phía sau, cách đó chừng 1.000 mét thì đường sá lở lói, đầy ổ gà, bụi tung mù mịt, không thấy đường đi. Và còn rất nhiều đường đất ngay tại thủ đô, giống hệt vùng sâu vùng xa của Việt Nam.

Tôi có quen một cô sinh viên tốt nghiệp đại học tại Hà Nội, về Viên Chăn không tìm được việc làm. Tôi thuê cô đưa tôi đi chơi. Cô chở tôi trên chiếc xe máy cà tàng trông thật thảm thương. Đi chưa được 2 cây số thì xe hư. Tôi phải cho tiền cô sửa xe, thay vỏ ruột mới vì chúng đã mục nát.

Các bạn ạ, có thể tôi hiểu chưa hết nước Lào và Campuchia nhưng có điều rất logic là: Việt Nam còn nghèo nàn lạc hậu, tham nhũng tràn lan, ăn cắp như giặc... thì thử hỏi hai nước đàn em là Lào và Campuchia khá sao nổi.

Hai dân tộc ấy còn khốn khổ lầm than hơn dân ta nhiều lắm bạn ạ. Xin thứ lỗi nếu cái nhìn của tôi còn phiến diện.

Ngày 23/10/2015

Nhậu xỉn
NÓI BẬY

Hôm qua có một Việt Kiều Mỹ mời một ông bạn già ăn trưa. Đầu tiên hắn mở ipad ra khoe một lô đàn bà con gái đã và đang bu đến tình nguyện làm vợ hắn. Có lẽ hắn cũng không nói dóc đâu vì hắn tuy già chát nhưng có hai lợi thế vô địch: Việt kiều và vừa ly dị vợ.

Đàn bà con gái Việt Nam bu đến "xin làm vợ" cũng là vì muốn được bảo lãnh sang Huê Kỳ thôi. Rất dễ hiểu và rất thật.

Sau màn trình diễn người đẹp, anh ta nói:

-Trung Quốc sắp tiêu rồi.

-Sao vậy?

-Mỹ đang kéo hạm đội X, hàng không mẫu hạm Y, khu trục hạm Z đến biển Đông rần rần, bộ mày không biết sao?

Lão già về hưu nói:

-Tao biết. Nhưng Mỹ nó kéo tàu bè đến để làm gì?

-Để đánh. Mày nghĩ mấy cái đảo nhân tạo của Trung Quốc là cái gì ghê gớm hả? Chỉ cần 30 giây là Mỹ cho tất cả chìm xuống đáy biển.

-Nhưng Mỹ làm vậy để chi?

-Để bảo vệ Việt Nam và các nước Đông nam Á khác như Philipines, Malaysia...Để rồi mày coi, chỉ vài ngày nữa thôi, biển Đông đang nóng lên, chiến tranh sẽ bùng nổ...

Ông già về hưu tiếp tục uống bia và cười. Anh Việt kiều bực mình hỏi:

-Mày không tin vào sức mạnh vượt trội của hải quân Hoa Kỳ sao?

-Tin chứ

-Mày có nghĩ là Mỹ sẽ cho tàu chiến và máy bay phản lực xâm nhập khu vực 12 hải lý của các đảo nhân tạo, để khẳng định thái độ "không công nhận chủ quyền Trung Quốc" không?

-Đương nhiên là Mỹ sẽ làm vậy?

-Thế theo mày thì Trung Quốc sẽ phản ứng thế nào?

Ông già về hưu nói tỉnh bơ:

-Trung Quốc sẽ bắn... bắn... pháo bông để chào đón khách đến viếng nhà.

-Mày đùa à?

-Không đùa. Vì hai bên đã biết tẩy nhau. Mỹ đưa tàu chiến tới vì sĩ diện. Đưa tàu tới cho đỡ "quê mặt" với đồng minh mà thôi. Cùng lắm là Mỹ sẽ nấn ná ở khu vực 12 hải lý vài ba ngày rồi rút. Mọi việc đâu sẽ vào đấy. Chẳng có đánh đấm gì cả.

-Nói bậy! Philipines, Malaysia, Indonesia, Việt Nam sẽ la ó...

-Việt Nam có thể sẽ la ó. Nhưng ví dụ như Trung Quốc mà đánh nhau với Mỹ hay các nước Đông nam Á, thì Việt Nam sẽ liên minh với Trung Quốc đấy bố ạ. Không chừng bộ đội ta còn xung phong đi đầu nữa đấy bố ạ.

Ôi thôi, hai thằng cha già này uống có mấy chai bia mà đã xỉn, nói năng bậy bạ hết sức.

Ngu như bò.

(Nghe lén và tường thuật)

VẼ RẮN
thêm chân

Trong nhiều ngày qua, tin tức, dư luận, bình luận... xuất hiện dày đặc trên các trang mạng, nhất là trang Ba Sàm. Chúng đích thực là những trái hoả mù được tung ra từ bốn phương tám hướng, khiến cho bạn đọc tối tăm mặt mũi, không biết đâu mà lường, không biết tin vào ai, không biết phải nhận định thời cuộc thế nào cho đúng.

Xin chia buồn cùng các bạn.

Xin chia buồn cùng dân tộc Việt Nam.

Thực ra chỉ có những bloggers, những facebookers, những công dân mạng là bị tung hoả mù, bị rối trí, chứ dân lao động nghèo chẳng ai thèm quan tâm.

Thái độ ấy của dân lao động hoá ra lại "trí thức" hơn là những người có học.

Bởi vì thực chất chúng ta đang VẼ RẮN THÊM CHÂN, chúng ta đang làm chuyện ruồi bu.

BỞI VÌ TÌNH HÌNH CHÍNH TRỊ VIỆT NAM HIỆN NAY RẤT ĐƠN GIẢN. Đó chỉ là chuyện tranh chấp nội bộ trong Đảng, chuyện tranh ngôi vị trong Đảng, chẳng có gì quan trọng, chẳng việc gì chúng ta phải quan tâm đến như thế.

Thú thực tôi chỉ quan tâm chút chút, vì tôi lo cho con mèo tam thể nhỏ bé, đáng yêu của tôi hơn rất nhiều. Sáng sáng tôi đi chợ mua cho nó 3 con cá nục về hấp lên: sáng một con, trưa một con, chiều một con, thật thú vị.

Còn chuyện đại hội Đảng đối với tôi là chuyện nhỏ.

Vì sao?

Vì cho dù ai thắng thì người đó cũng vẫn phải theo Tàu.

Chẳng có ai là "anh hùng dân tộc" cả, chẳng có ai là "hiệp sĩ" cả đâu các cụ ạ. Tất cả đều là Chệt.

Chẳng qua là vì người ta ghét chế độ quá, nên muốn thay đổi. Và họ đã suy luận theo cái tâm lý yêu ghét ấy, cho nên mới tưởng tượng ra nào là "phe thân Tàu" nào là "phe thân Mỹ" để tự sướng. Vậy thôi, chứ mọi chuyện đã an bài rồi: Les jeux sont faits. Việt Nam có cục cựa gì được nữa đâu mà bàn với luận!

Vì thế sáng sáng tôi vẫn đi mua cho bé Xíu (con mèo cưng của tôi) ba con cá nục. Có lẽ với tôi, đó là việc ý nghĩa nhất nên làm.

(07/01/2016)

TỪ "CÁCH MẠNG DÙ"
suy nghĩ về thực dân đế quốc và giải phóng dân tộc

Có một thứ tâm lý khá phổ biến trong xã hội, đó là: lên án những người "thiếu lập trường", "lá mặt lá trái". Họ thường so sánh những kẻ như vậy là "con tắc kè", khi đứng trên nhánh cây thì nó có màu lá, khi đứng trên đất đá thì nó có màu xám tro. Nói chung là những người suy nghĩ, nói năng không nhất quán thường bị lên án nặng nề, bị khinh miệt.

Họ nói: tuần trước tôi gặp thằng A, nó nói tổng thống Putin là anh hùng của nước Nga, tuần này gặp lại, nó chửi Putin là độc tài, là thực dân đế quốc.

Lại nói: Thằng B chơi không được. Trước đây nó hoạt động cho Việt cộng, bây giờ vì không được trọng dụng nên nó chửi Việt cộng không ra gì.

Những kẻ hay lên án như vậy thực ra họ cũng có cái lý của họ. Nhưng đồng thời họ là những người có suy nghĩ quá đơn giản về quá trình hình thành nhận thức của một con người.

Thường thì nhận thức được hình thành do kinh nghiệm. Ví dụ khi gần lửa thấy nóng, sinh ra nhận thức: lửa thì nóng. Khi gặp cô A thấy cư xử dịu dàng, sinh ra nhận thức: cô A rất dễ thương.

Nhưng cũng có trường hợp nhận thức do "giáo dục" mà có. Ví dụ nhà trường dạy: "Thực dân Pháp xâm lược bắt dân ta làm nô lệ", sinh ra nhận thức: Thực dân Pháp là kẻ xấu.

Nhà trường lại dạy: "Đảng cộng sản lãnh đạo toàn dân kháng chiến chống Pháp, đem lại độc lập tự do, hạnh phúc cho toàn dân", sinh ra nhận thức: Đảng cộng sản là tốt.

Những loại nhận thức ấy được hình thành một cách trực tiếp, dễ dàng và bền vững. Chúng được lưu truyền từ thế hệ này sang thế hệ kia một cách mặc nhiên, không cần bàn cãi. Nó tạo ra một thứ chân lý phổ biến đến nỗi nếu có ai nói ngược lại hoặc chỉ cần nói khác đi là đã thấy khó nghe rồi.

Trên đây là những cách hình thành nhận thức đơn giản.

Nhưng bất cứ ai có suy nghĩ độc lập, muốn tự mình khám phá ra sự thật, thường không dễ chấp nhận những nhận thức theo kiểu mì ăn liền như vậy. Trong quá trình đi tìm sự thật nhiều khi người ấy phải trả giá bằng những kinh nghiệm xương máu, những mất mát, nhục nhã và có khi cả mạng sống của mình. Bởi vì sự thật nhiều khi không dễ tìm.

Sự thật thường bị bao phủ bởi nhiều lớp ngụy trang bên ngoài. Những lớp ngụy trang ấy khi thì do con người tạo nên, khi thì do mưa nắng, gió bụi, đất đá của cõi trần gian hỗn độn, phức tạp che lấp, vùi dập khiến cho sự thật bị chôn chặt theo thời gian. Có người ví sự thật giống như cái lõi của một củ hành: muốn tìm thấy nó phải bóc nhiều lớp vỏ, và động tác ấy sẽ làm bạn ràn rụa nước mắt.

*

Tôi vốn không tin những người suốt đời có một lập trường, suốt đời có một nhận thức về chân lý. Bởi vì cuộc sống luôn thay đổi, do đó kinh nghiệm sống cũng thay đổi theo và như thế thì nhận thức cũng phải thay đổi.

Cho nên nếu người nọ tuần trước khen Putin là lãnh tụ vĩ đại của nước Nga, tuần sau lại chê Putin là kẻ thực dân thì có lẽ cũng không nên nói anh ta là con tắc kè mà nên nhìn Putin như một con tắc kè.

Cho nên nếu ngày xưa người nọ theo Việt cộng kháng chiến mà ngày nay đủ điều phê phán, thì cũng chớ vội kết luận anh ta "lá mặt lá trái" mà có lẽ nên xem cái đảng mà anh ta từng phục vụ có lá mặt lá trái không?

*

Hồng Kông từng là thuộc địa của Anh trong 150 năm. Từ "thuộc địa" nghe không êm tai, nghe có vẻ nô lệ, nhục nhục thế nào.

Kể từ ngày 30/6/1997 trở đi, Hồng Kông trở về với Trung Quốc, nghe như được tháo cũi sổ lồng, độc lập tự do hạnh phúc.

Nhưng cuộc "Cách Mạng Dù" (Umbrella Revolution) vừa qua ở Hồng Kông lại cho thấy một sự thực khác: Sự kiện nước Anh trao trả

Hồng Kông về cho Trung Quốc không phải là một cuộc "tung cánh chim tìm về tổ ấm" mà biến thành một hành động "giao trứng cho ác".

Mặc dù khi "giao trứng" chính phủ Anh có giao kèo với Trung Quốc là vẫn duy trì Hồng Kông như một "Khu hành chánh tự trị" theo nguyên tắc "một quốc gia hai chế độ". Nhưng anh Tàu cộng nhiều lần muốn xé bỏ giao kèo để đem trứng ra làm hột vịt muối.

Cuộc xung đột nổ ra cả tháng trời giữa một bên là nhân dân Hồng Kông đòi Bắc Kinh tôn trọng tự do bầu cử, ứng cử và một bên là lực lượng cảnh sát và côn đồ được Bắc Kinh thuê mướn đến gây bạo loạn và thậm chí dùng dao đâm chết người giữa thanh thiên bạch nhật.

Những cuộc xuống đường hàng vạn người (có khi lên đến hàng trăm ngàn người) ở Hồng Kông vừa qua chứng tỏ nhân dân sợ Trung cộng hơn "đế quốc Anh" rất nhiều. Và họ đã "ngộ" ra một điều là sống dưới sự "đô hộ" của đế quốc xem ra hạnh phúc hơn là chịu sự cai trị của người đồng bào cộng sản của mình.

Ở Việt Nam trước đây, rất nhiều học sinh, sinh viên, trí thức... căm thù thực dân Pháp, đế quốc Mỹ vì nó "xâm lược", nó "bắt dân ta làm nô lệ", nó cướp ruộng đất, cướp quyền tự do dân chủ, nó bắt bỏ tù những người yêu nước...nó đẻ ra những vụ án để đời như vụ án Nọc Nạn ở Bạc Liêu.

Tài liệu của Wikipedia ghi rõ:

"Vụ án Nọc Nạn (tiếng Pháp: l'Affaire de Phong Thanh) - tranh chấp đất đai lớn, xảy ra năm 1928 tại làng Phong Thạnh, quận Giá Rai, tỉnh Bạc Liêu (nay là ấp 4, xã Phong Thạnh B, huyện Giá Rai, tỉnh Bạc Liêu) giữa một bên là các gia đình nông dân Biện Toại, Mười Chức và bên kia là giới địa chủ cường hào, quan chức thực dân Pháp cùng tham quan Nam triều. Vụ án gây thiệt mạng 5 người, là một ví dụ điển hình của chính sách phân chia và quản lý ruộng đất bất công tại Nam Kỳ dưới thời thuộc Pháp, sau này, được Nhà nước Cộng hòa xã hội chủ nghĩa Việt Nam tôn vinh như một biểu hiện của sự đấu tranh và phản kháng của nông dân với thực dân Pháp."

Nhà nước Việt Nam ngày nay nói là "tôn vinh" cuộc đấu tranh chống bọn cướp đất này, nhưng thực tế hiện nay trên khắp ba miền đất nước đã xảy ra hàng trăm vụ cướp đất tương tự như vụ Nọc Nạn, có nghĩa là cũng do bọn tham quan cấu kết với tư sản nước ngoài cưỡng chiếm ruộng đất của nông dân dưới chiêu bài "quy hoạch" để xây dựng các khu công nghiệp.

Đó là các vụ cướp đất, cướp tài sản, phá nhà của anh Đoàn Văn Vươn ở Tiên Lãng Hải Phòng, vụ chính quyền huyện Văn Giang, tỉnh Hưng Yên huy động một lực lượng công an hùng hậu cưỡng chế đất đai của nông dân cho dự án Ecopark hôm 24/04/2012 tàn nhẫn và ác liệt như một trận đánh.

Bản chất của các vụ cướp đất thời nay và vụ Nọc Nạn thời Pháp giống hệt nhau, chỉ khác là:

1./ Trong vụ Nọc Nạn, gia đình nông dân Biện Toại đã liều chết chống trả quyết liệt, kết quả là có 4 người trong gia đình bị bắn chết (gồm 3 người lớn và một cái bào thai trong bụng mẹ) và một tên lính Pháp. Còn các vụ cướp đất thời nay thì người dân chỉ chống trả bằng gậy gộc, la khóc, chửi rủa mà không xảy ra án mạng. Chỉ duy nhất có Đoàn Văn Vươn, một kỹ sư canh nông gốc bộ đội cụ Hồ, đã dùng pháo hoa tự chế vũ khí làm bị thương nhẹ vài ba nhân viên cưỡng chế gì đó.

2./ Tuy trong vụ Nọc Nạn, người nông dân đã giết một tên lính Pháp, nhưng toà án của "thực dân Pháp" lại xử họ trắng án vì họ chỉ tự vệ chống kẻ cướp đất, còn các vụ cướp đất thời nay, người nông dân bị đánh tơi bời nhưng toà án lại bỏ tù họ, cụ thể Đoàn Văn Vươn bị 5 năm tù.

Rõ ràng là "bọn thực dân Pháp" còn có chút công lý, còn biết phải trái, ngược lại cái gọi là toà án của "chế độ ta" ngày nay thì chỉ xử theo lệnh trên và luôn đứng về phía bọn tham quan, bọn tài phiệt nước ngoài.

Blogger JB Nguyễn Hữu Vinh đã nói với BBC:

"Sau khi nghe kết quả của tòa án về tội danh của anh em nhà họ Đoàn, đặc biệt ông Đoàn Văn Vươn bị mức phạt 5 năm tù, chúng tôi nghĩ: ước gì chúng ta có những phiên tòa như phiên tòa của thực dân Pháp xử các nạn nhân ở Đồng Nọc Nạn, hoặc là phiên tòa của Đức Quốc xã từng xử Dimitrov ở vụ án đốt nhà

Quốc hội, cũng như vụ án của thực dân Anh ở Hồng Kông đã xử Nguyễn Ái Quốc."

Từ bốn ngàn năm qua, dân tộc Việt Nam đã tổ chức và tiến hành hàng trăm cuộc nổi dậy, cuộc kháng chiến chống quân xâm lược phương Bắc và thực dân đế quốc để giành độc lập, và đã xây dựng được những triều đại rực rỡ như Đinh, Lý, Trần, Lê... nhưng cuối cùng lại để tổ quốc và dân tộc rơi vào một thời kỳ tệ hại nhất, nô lệ nhất sau khi đã tiến hành một cuộc chiến tranh tương tàn đẫm máu nhất trong lịch sử, làm chết hàng chục triệu người.

Đó chẳng phải là sự điên khùng nhất, chẳng phải là sự ngu xuẩn và bất hạnh nhất mà dân tộc ta phải gánh chịu hay sao?

Sang Trung Quốc
HỌC TRỒNG CÂY

Ngày nọ nhớ lời Bác dặn: "Vì lợi ích mười năm, trồng cây". Chủ tịch thành phố bèn cho họp tất cả cán bộ chủ chốt lại.

-Thưa các đồng chí, cây xanh là lá phổi của thành phố, là vẻ đẹp của thủ đô, là bóng mát của nhân dân lao động. Cây xanh đem đến cho đời hoa tươi trái ngọt. Tóm lại cây xanh vô cùng quý báu. Vậy tôi quyết định gởi cán bộ sang Trung Quốc học trồng cây. Các đồng chí cho ý kiến, nên gởi bao nhiêu cán bộ là đủ?

Ý kiến 01:

-Theo tôi chỉ cần một cán bộ là đủ.

Ý kiến 02:

-Đồng chí đùa à? Thành phố ta rộng lớn thế này, có biết bao nhiêu con đường, sao một đồng chí có thể chỉ đạo trồng cây cho xuể? Tôi đề nghị cử 100 cán bộ sang Trung Quốc học trồng cây.

Ý kiến 03:

-Đường phố tại thủ đô rất dài. Mỗi con đường phải có ít nhất 10 cán bộ phụ trách đôn đốc. Vậy tôi đề nghị chúng ta gửi 1.000 cán bộ đi học trồng cây ạ.

Chủ tịch thành phố nói:

-Một nghìn thì cũng được, nhưng lấy ngân sách đâu? Mỗi đồng chí đi học trồng cây ít nhất cũng phải 1 năm. Trồng cái cây xuống đất xong, phải học cách chăm bón, tỉa cành, bắt sâu, xịt thuốc chống rầy, xịt thuốc tăng trưởng... Ối thôi, nhiều thứ lắm. Tôi sợ là học một năm chưa quán triệt được các kỹ thuật trồng cây tiên tiến của nước bạn.

Ý kiến:

-Nhưng theo tôi nên giới hạn thời gian học là một năm. Mỗi năm chi phí cho mỗi cán bộ là một tỷ đồng. Nhân với 1.000 cán bộ vị chi là một nghìn tỷ. Các đồng chí thấy có được không?

-Nhiều quá. Một nghìn tỷ có thể xây được 50 ngôi trường hoặc 10 cái bệnh viện. Vậy tôi có sáng kiến này.

Mọi người nhao nhao lên:

-Sáng kiến gì?

-Chúng ta trao đổi học viên với Trung Quốc.

-Xin đồng chí nói rõ hơn.

-Ý tôi là: Thay vì cử 1.000 cán bộ sang Trung Quốc học trồng cây thì ta đề nghị nước bạn cũng cử 1.000 cán bộ sang Hà Nội học cách chặt cây (vì đó là nghề gia truyền của cán bộ ta). Ta sẽ đào tạo cho bạn miễn phí và để đổi lại, bạn cũng sẽ đào tạo cho ta miễn phí.

Có nhiều tiếng vỗ tay, rồi một giọng lảnh lót chất vấn:

-Nhưng sau đó sẽ như thế nào?

-Thưa các đồng chí, sau đó sẽ như thế này: Hà Nội và các thành phố lân cận sẽ trụi lủi. Trong suốt một năm học tập và thực hành, thì đất nước ta sẽ trụi lủi. Dạ, giống như các nhà sư đấy ạ! Nhưng mà các đồng chí chớ có lo. Vì khi các đồng chí Trung Quốc tốt nghiệp xong khoá chặt cây, thì các cán bộ ta cũng vừa tốt nghiệp khoá trồng cây bên Trung Quốc, vừa đáp máy bay về ạ.

Thế là hôm trước hôm sau, chúng ta lại trồng cây mới ngay tại vị trí mà các đồng chí Trung Quốc vừa chặt xong. Một nghìn chuyên gia trồng cây được đào tạo bài bản, làm cái rẹt là xong ngay ấy mà!

Như vậy, chúng ta không phải tốn một đồng nào, mà thủ đô yêu dấu của ta lại được thay da đổi thịt. Toàn cây mới.

Có người vặn hỏi:

-Cây mới là cây gì?

-Cây gì chẳng được. Cây X hay cây Y không quan trọng, miễn là có... lá. Cây thì phải có lá chứ! Đúng không nào?

Mọi người đều hô vang:

-Chí lý! Chí lý! Đồng chí Đặng Tiểu Bình đã từng dạy: "Mèo trắng hay mèo đen không quan trọng..." Vậy thì trồng cây gì chẳng được.

ĐÀO HIẾU

Phần II
ĐÀO HIẾU TRẢ LỜI PHỎNG VẤN - TẠP BÚT

65. Sự thật trong tác phẩm hư cấu

68. Sử dụng vốn sống trong văn học

71. Sự khác biệt giữa truyện ngắn và truyện dài

73. Tình ái trong tác phẩm văn học

76. Bù Khú Tiên Sinh là ai?

80. Những trở ngại trong sáng tác

82. Hư cấu trong tiểu thuyết

84. Nhà văn làm thơ

88. Câu chuyện về hai nhân vật nữ của tôi

94. Mút mùa Lệ Thuỷ

97. Những đứa "cháu ngoại 4 chân"

Trả lời

PHỎNG VẤN

Bài MỘT
"SỰ THẬT" TRONG
TÁC PHẨM HƯ CẤU

Thiện Tâm, hỏi:

Tôi có mua và đã đọc cuốn "Khói Trắng Thiên Đường" của ông. Ông có thể cho tôi biết là có bao nhiêu phần trăm sự thật trong truyện này?

ĐÀO HIẾU TRẢ LỜI:

Chắc bạn đọc vẫn còn nhớ lời tuyên truyền của nhà nước Việt Nam Dân chủ Cộng hòa thời đánh Mỹ: "Ở Việt Nam ta, ra ngõ gặp anh hùng". Ngày nay thì "ra ngõ gặp anh... ghiền".

Hiện nay ma túy là "trường phái" thời thượng nhất ở nước ta. Tuy ma túy đã có từ xa xưa nhưng chưa lúc nào nó phát triển đa dạng và sáng tạo bằng lúc này.

Ngày nào tôi cũng ra ngõ (để tản bộ, để cà phê cà pháo, để đưa cháu đi học...) nên ngày nào tôi cũng gặp các vị anh hùng ấy. Gặp riết rồi quen, rồi thấy trong đám họ cũng có người dễ thương và trở thành bạn.

Nhân vật chính trong Khói Trắng Thiên Đường là một trong những người bạn ấy. Nó cũng không đến nỗi tệ, nó xinh xinh, nó bền lẽn, mặc dù đôi khi nó cũng xạo lắm. Và thế là mình cũng mắc lừa. Nhưng không sao, vì nhờ vậy mà mình có được những nhân vật tiểu thuyết rất sống động, rất thực và rất... khó quên.

Còn hỏi "Bao nhiêu phần trăm là sự thật" ư?

Xin thưa: tác phẩm văn học là hư cấu nhưng lại thật hơn cả sự thật, vì thế có thể nói là có 101 phần trăm sự thật.

Bạn sẽ thấy họ xăm mình, họ tóc tai bù xù, họ khẳng khiu, họ chửi thề, họ trôi dạt trên đường phố... nhưng cũng có lúc họ nhõng nhẽo, họ khóc, họ giận dỗi.

Tôi không quen với những tên trùm ma túy (Bọn đó là một đối tượng khác). Tôi chỉ quen với những con nghiện. Họ rất nghèo. Gia đình họ ở dưới đáy xã hội, thiếu ăn, nợ nần, thất học. Đó là những gia đình tan nát, là những đống phế liệu bên cạnh những cao ốc, những nhà hàng sang trọng, những resorts, những biệt thự, những xe hơi bóng lộn, những cô người mẫu thơm phức.

Tất nhiên trong giai tầng thượng lưu ấy cũng đầy dẫy ma túy, nhưng tôi không quen với họ. Nhân vật trong Khói Trắng Thiên Đường đang sống lạc loài, ngắc ngoải, tuyệt vọng trong một thứ "thiên đường ảo" mà thực chất là địa ngục.

Vì thế tôi viết tác phẩm ấy để giãi bày tình cảm của tôi với những con người tuyệt vọng ấy. Nhân vật Ngọc trong tác phẩm KTTĐ, ngoài đời chỉ mới 17 tuổi nhưng đã từng nói: "Chơi cho nó chết mà nó không chịu chết. Cứ chơi rồi chết, chớ còn biết làm gì?".

Một lần cô bé bị lừa vô động mãi dâm, cô thoát ra được và gọi điện thoại cho một thằng ghiền. Nó chạy xe máy đến, chở cô bé.

Lì quẹo gấp xuống giốc cầu, ra đại lộ Đông Tây. Xe tăng tốc 100 cây số giờ.

"Nhanh nữa!"

"Bộ muốn vô nghĩa địa hả?"

"OK. Nhanh nữa đi! Cho chết luôn! Kiếm cái gì đó đâm xe vô! Tao muốn chết ngay bây giờ!"

Lì gập người xuống, rú ga. Tóc nó bay ngược ra sau như đuôi ngựa. Tóc của Ngọc cũng đã mọc dài, lất phất như lá cờ phướn.

"Đã quá! Ngọc la lớn. Bay lên đi! Cất cánh!"

Một tiếng "ầm" vang dội. Người và xe đều bốc lên trời. Ngọc không thấy đau. Không thấy phố xá. Không thấy thằng Lì. Tất cả biến mất. Giống như cúp điện. Tối đen và trống rỗng.

Đó là một đoạn ngắn trích từ chương 25 Khói Trắng Thiên Đường.

Nhưng cô bé 17 tuổi ấy (giờ đã 20 vì ở tù được 3 năm) cũng sắp ra tù. Khi gặp nó trong trại giam nó nói: "Bố ơi, bố không phải dân bụi đời sao bố viết về con giống hệt vậy?"

Bài HAI

SỬ DỤNG VỐN SỐNG
trong văn học

Kinh Nguyên, hỏi:

Ông Du Tử Lê nói, ông là người rất giàu có về vốn sống. Từ đó tôi có 4 câu hỏi nhỏ mong ông trả lời, đó là:

a- Đó là những loại vốn sống nào? Xã hội hay tình ái?

ĐÀO HIẾU TRẢ LỜI:

Từ năm 1976 đến năm 1982 (7 năm) tôi làm phóng viên báo Tuổi Trẻ. Thời đó đi công tác chỉ có cây bút và cuốn tập học trò, vậy mà lặn lội vào các đồng bưng, rừng núi theo thanh niên xung phong, theo bộ đội sang "giải phóng Campuchia". Khi thì đi xe máy cày, khi thì xe bộ đội, lúc cưỡi voi, lúc cuốc bộ băng rừng, lội sình, lội suối, nước lên tận cổ... Công tác phí thì không có, ăn nhờ ở đậu bất cứ nơi nào mình đến, kể cả những buôn làng người dân tộc. Nói chung là rất khổ, nhưng cũng rất vui và cái lợi lớn nhất là tích lũy vốn sống. Còn loại vốn sống thuộc "phạm trù tình ái" thì tôi cũng gởi nhà băng được một ít nhưng số dư (balance) trong tài khoản chắc không bằng anh Du Tử Lê.

b- Đó là những kinh nghiệm bản thân, qua nhiều biến động của thời cuộc, đất nước tích lũy trong ông?

ĐÀO HIẾU TRẢ LỜI:

Vâng, thưa anh, những vốn sống ấy phần lớn là kinh nghiệm bản thân. Đôi khi trên đường "tác nghiệp" tôi cũng được nghe kể lại. Nhưng nếu chỉ nghe kể lại mà không từng sống trong những hoàn cảnh của lời kể thì cũng không thể cảm thụ sâu sắc được. Ví dụ tôi từng kể chuyện trong tù cho con tôi nghe, nhìn nét mặt chúng tôi thấy chúng cũng không cảm nhận được bao nhiêu.

c- Vốn sống nào ông có, được coi là nhiều nhất?

ĐÀO HIẾU TRẢ LỜI:

Tôi sống ở trong nước gần 70 năm rồi, cuộc đời cũng bầm dập, chơi với đủ hạng người từ quan chức cao cấp, các nhà tu hành cho đến trộm cướp, xi ke ma túy, có khi làm việt cộng, có khi làm "lính ngụy" cho nên cũng tạm gọi là "hiểu đời". Chỉ có một số mảng đời tôi mù tịt đó là "làm quan", làm "nhà giàu" và làm "tham nhũng" (rất tiếc vì mình không có cơ hội!).

d- Và vốn sống loại nào được ông dùng tới nhiều nhất khi viết tiểu thuyết?

ĐÀO HIẾU TRẢ LỜI:

Vốn sống tôi dùng trong các tác phẩm văn học nhiều nhất thường là vốn vay của nữ giới, tuy lãi suất có hơi cao nhưng thường là trả được hết, (cả vốn lẫn lãi) cho nên chị em cũng không ai than phiền.

Kế đến là vốn vay từ dân nghèo (vì sự thật gia đình cha mẹ tôi, bà con tôi đều là dân nghèo, nhất là thời Việt Minh ở miền Trung) và hiện nay thì vay vốn từ những cảnh đời trên đường phố. Tôi chơi với những người dưới đáy xã hội, tôi thương họ nên họ cũng thương tôi. Có khi họ là phái nữ. Tôi tôn trọng họ nên tôi có nhiều bạn bè trong giai tầng đó.

Và hiện nay ở tuổi bảy mươi, vốn sống của tôi là nỗi buồn, là sự ám ảnh của tử sinh. Nhờ thế mà rộng lượng hơn, yêu người hơn, yêu các vật nuôi trong nhà, yêu chim chóc.

Có lần tôi đi chợ mua mấy con cá nhỏ về cho mèo ăn, nhưng khi đem luộc thì thấy chúng còn sống, chúng giãy chết trong nước sôi, tôi muốn khóc. Tôi nghĩ: mình thương con mèo nhưng lại làm hại những con cá, sao có thể như thế được?

Từ đó tôi đi chợ chỉ mua cá đã chết.

8/7/2015

Bài BA

SỰ KHÁC BIỆT GIỮA
truyện ngắn và truyện dài

Thái Lê, hỏi:

Theo tiểu sử của ông, tôi được biết ngoài tiểu thuyết ra thì ông cũng còn viết truyện ngắn nữa. Có người cho rằng truyện ngắn là một mảnh của truyện dài ngắt ra. Ông có đồng ý với quan niệm này không?

ĐÀO HIẾU TRẢ LỜI:

Có nhà văn nào đó nói đại ý: Làm thơ giống như ăn cắp vặt, viết truyện ngắn giống như ăn trộm, và viết tiểu thuyết giống như cướp nhà băng.

Có thể lời ví von đó đúng. Nếu nói về quy mô thì làm thơ nhỏ hơn viết truyện ngắn, viết truyện ngắn nhỏ hơn viết tiểu thuyết, nhưng nếu nói về "kỹ thuật" thì mỗi thể loại có sự tinh xảo riêng, có cái khó riêng, có sự đầu tư trí tuệ riêng.

Ăn cắp vặt, ăn trộm hay cướp nhà băng đều có ngón nghề riêng, tuyệt chiêu riêng, không thể so sánh được.

Nhân vật Diệu Thủ Thư Sinh trong tác phẩm "Anh Hùng Xạ Điêu" của Kim Dung chỉ chuyên móc túi thôi, nhưng cũng có thể gọi là "thiên tài" không thua gì Đạo Chích thời Xuân Thu hay Robin Hood bên nước Anh chuyên nghề trộm cướp, lấy của người giàu chia cho người nghèo.

Những ngón nghề của Diệu Thủ Thư Sinh chưa chắc mấy tay Mafia chuyên cướp ngân hàng đã làm nổi, và ngược lại chàng Thư Sinh nhanh tay lẹ mắt ấy cũng phải chào thua khi bước vô cửa nhà băng hiện đại.

Tóm lại theo tôi, nếu sáng tác văn học ở mức độ "giải trí" thi làm thơ là dễ nhất, truyện ngắn thì khó hơn và tiểu thuyết thì mất nhiều thời gian. Nhưng nếu sáng tác văn học ở mức độ chuyên nghiệp, tính nghệ thuật cao, thì cả ba thể loại đó mỗi thứ có mỗi cái khó riêng và điều "lớn lao" như nhau.

Bài BỐN

TÌNH ÁI
trong tác phẩm văn học

Nguyễn Đăng Khoa, hỏi:

"Kính chào nhà văn Đào Hiếu, tôi đã đọc hai cuốn sách của ông là Bù Khú Tiên Sinh và Đốt Đời. Dù không thể phủ nhận những vốn sống dày đằng đặc như rừng của ông đã là những vôi vữa chủ chốt xây dựng nên tác phẩm. Nhưng rõ ràng, tình ái cũng chứng tỏ vai trò rường cột của nó trong tác phẩm Đào Hiếu.

Vậy, ông sẽ nói đôi điều về tình ái với bạn đọc chứ? Nó xuất hiện, xoa dịu, chữa lành những bi kịch khác ra sao, nó có nhất thiết tồn tại trong một tác phẩm không, và liều lượng, vai trò của nó như thế nào góp vào thành công của tác phẩm. Xin cảm ơn nhà văn"

ĐÀO HIẾU TRẢ LỜI:

Tình ái đương nhiên cũng là vốn sống chứ. Tình ái là thứ vốn sống đa dạng nhất, quan trọng nhất của bất cứ nhà văn nào. Những thứ vốn sống khác cũng quan trọng nhưng thường tập trung trong những tác phẩm mang tính triết học về thân phận con người, về lẽ tử sinh, về sự phi lý của kiếp sống. Ví dụ như L'Étranger của Camus không có tình ái. Zorba của Kazantzakis không có tình ái, Ông Già và Biển Cả của Hemingway không có tình ái, Con lừa và tôi của Jiménez cũng không có tình ái.

Nhưng tác phẩm của Shakespeare thì đầy dẫy tình ái, mà toàn là bi kịch tình ái: nào là Romeo và Juliete, Nào là Hamlet và Ophelia. Còn Nguyễn Du thì lại có một nàng Kiều với mối tình đau khổ... Bonjour Tristesse cũng tình ái, Le repos du guerier cũng tình ái, Hồng Lâu Mộng cũng tình ái, ngay cả Tam Quốc chí, Hán Sở Tranh Hùng cũng tình ái...Nói chung không thể tách tình ái khỏi những tác phẩm văn học được.

Gần đây nhiều nhà thơ có ý "né" tình ái vì thấy nó "không lớn". Họ thích những tâm trạng, những mảnh vỡ xã hội, những số phận... hơn. Tuy nhiên, theo tôi thì "đề tài" không quan trọng. Cái quan trọng là anh viết có "mới lạ" không? Có "hay" không?

Tôi thì viết đủ loại đề tài: chiến tranh, sự bần cùng, sự áp bức, bất công trong xã hội, sự hữu hạn của kiếp người...nhưng dù là đề tài gì thì cũng không bao giờ vắng bóng hai chủ đề lớn đó là tình ái và cái chết. Không có nhà văn nào, không có tác phẩm nào (kể cả âm nhạc, hội hoạ, điêu khắc, điện ảnh...) bỏ qua hai chủ đề lớn đó.

Nhưng suy cho cùng thì tác phẩm văn học và nghệ thuật trước hết là tác phẩm về cuộc đời, có nghĩa là nó bao gồm tất cả. Vì thế có lẽ chúng ta không nên đặt ra chuyện "chủ đề".

Tại sao lại phải chủ đề? Bởi vì tác phẩm là cuộc đời.. có khi nguyên vẹn, có khi chỉ một góc, có khi tròn trịa, có khi nham nhở... nhưng tất cả đều là những rung động được nhặt lấy từ gió bụi, từ cỏ hoa, từ rác rưởi hay từ xác thịt...

Tôi viết tất cả hơn 20 tác phẩm dài. Và tôi đã đọc đi đọc lại chúng. Thỉnh thoảng tôi thấy mình thất bại, nhưng cũng không phải là không có những lay chuyển sâu thẳm khi tìm lại những trang viết cũ.

Điều buồn nhất của một tác giả luôn là "người đọc". Người đọc không đồng điệu, khác tần số. Người đọc khác thế hệ, người đọc quá đơn giản.

Ối trời ơi, đọc một tác phẩm văn học để tìm thông tin thì xin đừng đọc còn hơn. Đọc một tác phẩm văn học chỉ để biết cốt truyện thì xin đừng đọc còn hơn.

Tác giả chỉ cần họ cùng rung cảm với mình ở một đoạn văn, hoặc thậm chí một câu cũng là tri kỷ rồi. Thật đáng sợ. Có khi ngay cả một câu cũng không có, mặc dù độc giả ấy có thể kể vanh vách cốt truyện như một bản tin thời sự.

Nhận định một tác phẩm mà a dua thì tội cho tác phẩm quá, bởi vì như thế có nghĩa là anh ta chưa đọc tác phẩm, hoặc anh ta bị rớt nhịp ngay từ phần intro.

Cho nên nghề viết thật bạc bẽo. Tác phẩm cũng giống như Coca Cola hay gà rán KFC. Phải cần thương hiệu. Đó là bi kịch của tác phẩm.

Trở lại vấn đề tình ái. Nó không phải là anh A yêu chị B. Nó là con quỷ trong anh A yêu chị B, hoặc một đám mây mỏng manh yêu một cơn bão, hay hai đóm lửa nhỏ tìm thấy nhau trong đêm đen bất tận. Nó chứa bi kịch hay niềm hạnh phúc trong nó. Nó ôm ấp sự tàn héo trong hương thơm của nó. Không có tình yêu và cái chết thì làm gì có văn học nghệ thuật?

Bài NĂM

"BÙ KHÚ TIÊN SINH" LÀ AI?

Một độc giả, hỏi:

Có người cho rằng nhân vật Bù Khú Tiên Sinh là một "triết thể", ông nghĩ sao?

ĐÀO HIẾU TRẢ LỜI:

Dùng từ "triết thể" nghe có vẻ "hàn lâm" quá, nhưng tôi cho là đúng. Vì nhân vật BKTS cứ thường bị hiểu lầm là "dân chơi" (chắc chắn là do đọc lướt, hoặc do cảm thụ quá đơn giản), thực ra anh là một chứng nhân lịch sử, một kẻ từng trải, một kẻ "bị nướng trong bảy lần lửa đỏ" của cõi hồng trần này. Anh ta sống sót, nhăn mặt và cười.

Một người như thế sao có thể gọi là "dân chơi"? Anh ta cũng từng trải như Zorba của Kazantzakis dù cuộc đời anh ta hoàn toàn khác với Zorba.

Nhân vật Bù Khú đã sống quá đủ, sống trong nhiều tình huống, nhiều chế độ, sống và đụng độ với đủ hạng người, sống như chàng tráng sĩ nhưng cũng sống như kẻ cùng đinh, sống cao thượng nhưng cũng sống như tội phạm. Những người đàn bà của anh ta cũng vậy, như những bông hoa nhưng cũng như cỏ cháy...

Sự giả dối và tráo trở đã biến cuộc đời thành nhảm nhí. Vậy thì tại sao lại phải làm người quân tử trong cái xã hội nhảm nhí ấy?

Nhưng rốt cuộc anh ta vẫn là một sinh vật tội nghiệp, đìu hiu, cô đơn trong cõi vô thường. Bất lực, bại trận trước cái chết. Những người tình của anh ta cũng vậy.

"Họ giống như hai vợ chồng nhưng cũng giống như hai con khỉ. Khỉ già nằm trên chiếc võng gai lim dim mắt, khỉ trẻ ngồi kế bên vạch lông bắt chí. Nhưng Bù Khú không có chí, quần

áo tuy cũ nhưng cũng không có rận, tiên sinh chỉ lốm đốm tóc bạc. Ngài lim dim, lắng nghe những ngón tay lướt trên da đầu mình tìm nhổ những sợi tóc sâu. Ngài đang tan chảy như một hạt muối thả xuống dòng sông. Ngài cảm nhận sự hòa nhập chậm rãi, dịu dàng và âu yếm. Ngài bồng bềnh như đám mây mỏng, như sương khói, lãng đãng quấn quít quanh những ngón tay mềm mại, những ngón tay vuốt ve từng sợi tóc, đùa nghịch với chúng bằng sự đằm thắm của người mẹ".

"Bù Khú bay la đà xuống thung lũng, chạm lên những ngọn cỏ ướt và tan trong những giọt sương. Có một lúc bàn tay của Ngọc lướt nhẹ trên má. Rồi chợt ngài thấy có đôi môi chạm vào môi mình. Hơi thở ấm nóng của Ngọc thổi tắt ý thức mơ hồ của tiên sinh đang chực phiêu hốt vào cõi bất định, chạm đến biên giới của vô thức. Và ngài cảm nhận mình đang ôm một tấm thân mảnh mai ấm áp. Ngài hỏi: Em là ai vậy? Là kẻ trôi dạt. Em đến từ cõi nào? Từ vô định, vượt qua những gò đống tàn héo khô cháy của nhân gian. Đến được cái thế giới tĩnh lặng, vô thanh và đầy ảo giác này".

Trích tiếp:

"Ngọc nói:

-Mặt trời sắp lên rồi.

-Anh không thích mặt trời. Mặt trời luôn đứng về phía đám đông. Anh thì thích cô độc. Khi mặt trời lên, cả loài người nhốn nháo, hối hả. Mặt trời kích hoạt những tội ác, những tham

78

vọng, những ái dục. Cho nên anh thích đêm và sự yên tĩnh.

-Để hồi tưởng?

-Đôi khi là hồi tưởng, nhưng thường là rỗng không. Anh muốn đầu mình là một cái thùng rỗng."

Trích tiếp:

"Lễ hỏa táng không có nhiều người. Chỉ trong gia đình và vài người hàng xóm. Thúy được đặt trên một cái bè nhỏ chất đầy củi khô và một ít hoa Bù Khú gom được trong cánh đồng. Mọi người ngồi trên sàn nhà, nhìn xuống chiếc bè. Bù Khú đưa cho người cha một bó đuốc rồi hai người châm lửa hai đầu.

Người ta cắt sợi dây neo và chiếc bè trôi đi. Thật chậm. Mọi người đều khóc. Bù Khú không khóc. Ông lặng lẽ tách ra khỏi họ, đi về phía bờ cỏ, chỗ có những gốc tràm đâm rễ tua tủa ra tận mé nước.

Ông lội xuống, đón đầu chiếc bè và thả mình trôi theo dòng chảy của khúc sông đang rực lên vì ngọn lửa huy hoàng bốc cao khỏi những ngọn cây. Lửa làm ông thấy ấm áp giữa dòng sông đầy gió. Thúy đang hóa thân thành ánh sáng. Thúy đang nhìn người tình của mình tiễn đưa cô trong cuộc chia tay không bao giờ trở lại".

Những mối quan hệ tình ái ấy là gì? Không phải là anh A yêu cô B mà là hai nạn nhân của cõi vô thường tìm thấy nhau, băng bó những thương tích, cho qua một cơn đau, cho đỡ xót xa, đỡ tủi vì đã làm người.

(Ngày 7/8/2015)

Bài SÁU

NHỮNG TRỞ NGẠI
trong sáng tác

Triều Phạm, hỏi:

Vì sợ TS dutule.com sẽ không chuyển câu hỏi của tôi cho ông, nên tôi chỉ xin ông trả lời một cách chung chung câu hỏi dưới đây của tôi mà xin ông không nêu tên tác phẩm hoặc những sự kiện xảy ra chung quanh tác phẩm ấy. Câu hỏi của tôi là:

1.Tôi theo dõi gần như khá đầy đủ những tác phẩm ông đã xuất bản. Do đấy, tôi được biết ông từng gặp khó khăn với một vài tác phẩm của mình. Vậy thì đứng trước những khó khăn ấy ông đã có thái độ nào?

ĐÀO HIẾU TRẢ LỜI:

Khi viết một tác phẩm văn học nhà văn nào cũng gặp khó khăn. Trước hết là chọn cách thể hiện (bút pháp, ngôn ngữ), tiếp đến là tính cách nhân vật, cốt truyện, nội dung tư tưởng… Riêng tôi lại thêm một khó khăn nữa là đối phó với nhà cầm quyền. Người ta thường gọi sự "đối phó" ấy là "lách" (viết lách), nhưng tôi thì không lách. Cứ đi theo con đường của mình, sẽ thoải mái hơn khi cầm bút. Chính vì thế mà thỉnh thoảng tôi củng được mời "làm việc" với công an. Ban đầu thì cũng lo lắng nhưng riết rồi quen. Mình quen mà họ cũng quen, trở thành chuyện bình thường.

Bí quyết của tôi là: Viết sự thật, ký tên thật, địa chỉ và số điện thoại thật. Nói chung là "ván bài lật ngửa". Như vậy khi bị hỏi cung sẽ không phải suy nghĩ cách đối phó, cách nói dối sao cho "logic", không sợ phải "giấu đầu hở đuôi". Đầu óc đỡ mệt, không cần phải chứng minh, không cần phải biện bạch gì cả. Mọi thứ đã sờ sờ trên trang viết..

Những tác phẩm tôi bị "làm việc" nhiều nhất là Kẻ Tử Đạo Cuối Cùng, Nổi Loạn, Lạc Đường… và một lô các bài báo đăng trên mạng.

Tuy nhiên bây giờ có lẽ họ thấy tôi là cây viết độc lập, không có tổ chức, đảng phái, tôn giáo… nào nên không thấy họ đụng tới nữa.

TRIỀU PHẠM, hỏi:

Những khó khăn ấy có ảnh hưởng nhiều tới tinh thần của ông không?

ĐÀO HIẾU TRẢ LỜI:

Tôi vẫn viết như cũ, vẫn không lách. Quý vị có thể đọc một số bài như: Huyền Thoại Quốc Kỳ, Đất Nước Và Nhân Dân, Già Và Trẻ, Chuyện Của Năm Người Việt Nam, Những Đứa Trẻ Của Ngày 30/4/75, Những Cô Vợ Bé Của Lao Ái, Những Bài Học Từ Esperanto …v.v… (mời quý vị lên Google và gõ tên bài, và đọc dễ dàng trong vòng 5 giây)

Gần đây, trên Blog của tôi, có đăng lại toàn văn nhữntg tác phẩm từng bị làm khó dễ, ví dụ như Lạc Đường, Bù Khú Tiên Sinh...

(Ngày 6/10/2015)

Bài BẢY
Hư cấu
TRONG TIỂU THUYẾT

Vỹ, hỏi:

Hầu như mọi người đều nhận thấy tiểu thuyết hay truyện dài của ông đều dựa trên những dữ kiện thực. Phần hư cấu có rất ít. Vậy cá nhân ông đánh giá thế nào về những truyện hoàn toàn được xây dựng trên hư cấu?

ĐÀO HIẾU TRẢ LỜI

Tôi không nghĩ rằng có thể có "những truyện hoàn toàn xây dựng trên hư cấu". Bởi vì một tác phẩm văn chương luôn phải có nhân vật, dù có là một bài thơ cũng có "nhân vật" thấp thoáng trong các vần điệu, các hình tượng, các cảm xúc, nỗi buồn, niềm vui hay sự hờn giận. Đó là những thuộc tính của con người. Những con người ấy có thể là chính tác giả, bạn bè tác giả, người yêu hay kẻ thù...tức là những con người cụ thể nào đó từng va chạm, từng yêu, ghét... tác giả. Chính vì thế mà dù hư cấu cỡ nào thì văn chương cũng mang dấu vết của "những dữ kiện thực" như ông nói. Nó không thể hiện ra từ hư vô hay từ một hành tinh khác. Thậm chí tôi còn nghĩ: không hề có tác phẩm nào gọi là hư cấu. Tất cả đều được "bứng" từ cuộc sống đem trồng vào mảnh đất nghệ thuật, còn việc nó sẽ đâm chồi nảy lộc như thế nào, đơm hoa kết trái như thế nào thì còn tuỳ vào tay nghề của nhà văn và trình độ thưởng ngoạn của độc giả.

Nhà văn là người đem giấc mơ của mình gửi vào giấc ngủ của người đọc, gửi vào trí tưởng tượng và tâm trạng của người đọc. Nếu tác phẩm văn chương không làm được chuyện ấy thì nó đã thất bại. Nó thất bại vì nó "giả". Và "giả" thì hoàn toàn khác với hư cấu.

NHÀ VĂN LÀM THƠ

John Huỳnh, hỏi:

Thưa ông, hôm nay tôi có mấy câu hỏi nhỏ gửi cho ông đây.

Đó là tôi có đọc "Khói trắng thiên đường" của ông và thấy ông có ghi lại một vài đoạn thơ của ông. Tôi rất thích mấy đoạn thơ ngắn ấy. Vậy ông có thể vui lòng cho tôi biết:

1.Ông làm thơ trước hay viết văn trước?

2.Tính đến hôm nay ông có được khoảng bao nhiêu bài thơ?

3.Ông có định in cho ông một tập thơ không?

4. Và câu hỏi chót của tôi là tôi xin ông cho tôi được đọc đầy đủ một số bài thơ nào đó mà ông ưa thích.

Vì tôi tự thấy mình hỏi hơi nhiều, do đó, ông không nhất thiết phải trả lời một lần cho tôi. Ông có thể trả lời từng câu hỏi nhỏ của tôi. Tôi đợi được ông Đào Hiếu à. Trân trọng cám ơn ông.

ĐÀO HIẾU TRẢ LỜI

Phần lớn các nhà văn đều bắt đầu "sự nghiệp" của mình bằng những bài thơ tình. Tôi cũng vậy. Nhưng tác phẩm được in đầu tiên lại là truyện dài. Đó là truyện GIỮA CƠN LỐC được giải thưởng văn học năm 1976. Tuy nhiên tác phẩm này chỉ là một bài tập của kẻ mới vào nghề.

Về thơ thì tôi làm không nhiều, chừng 100 bài với các đề tài như: tình yêu, chiến tranh, thân phận con người...

Nhà xuất bản Trẻ có in cho tôi một tập duy nhất có nhan đề là ĐƯỜNG PHỐ VÀ THỀM NHÀ. Hiện tôi còn một tập nữa có tên là TÍN HIỆU BỊ THẤT LẠC nhưng chưa muốn in.

Để chiều ông, tôi xin trích 2 bài nho nhỏ sau đây:

SƯƠNG MÙ

Con đường mọc lên đầy lá khô
Con đường mọc lên đầy nhớ tiếc
Sự ngại ngùng đã một lần đi qua
Bây giờ xa xôi biền biệt
Bây giờ củi khô và giấy bay
            *

Buổi sáng buồn trời nhiều mây
Con đường ngủ quên trong gió
Con đường mang trên mình dấu chân em
Và hoa trong lá cỏ
Con đường mang trên mình rừng cao

Trận bão đi ngang qua đó
Con đường mọc đầy lá vàng

*

Anh hút điếu thuốc thứ ba vào buổi sáng
Nỗi buồn mang mang như trời âm u
Sương mù trắng lùa vào cành khô
Sương mù trắng ôm từng tảng đá

*

Anh nhìn hút xa hai hàng cây đen
Con tàu huýt còi chạy vào dãy núi
Con tàu huýt còi chạy vào sương mù
Anh bắt đầu dẫm trên lá chết
Nỗi buồn mang mang như trời âm u.

MAI TRÂM

Em bước vào làm bóng tối hỗn loạn
Xô đẩy tan tác
Đêm rách nát sau tiếng nổ lớn của gót hài
Những ánh đèn tự chọc vào mắt mình
Đứt bóng

*

Trăng rớt xuống sân vỡ như gương soi
Máu nguyệt động chảy đen trần gian
Em đến thay cho vầng trăng thanh bình
Lấp lánh mắt môi
Lấp lánh răng như tinh tú.

*

Mày vòng nguyệt
Nguyệt đen trên sao
Nguyệt dẫn dụ vào trong chiêm bao
Cúi mặt soi bóng sáng trên lông thỏ trắng
Ánh sáng run rẩy từ vầng trán
Mai Trâm

*

Mai Trâm: một mâm ngọc trai
Nảy mầm hồn nhiên trong không gian tỳ bà
Một đêm cô đơn say, giang tẩm nguyệt
"Túy bất thành hoan thảm tương biệt" (*)
Tiếng cười hoang mang trên mặt thời gian

*

Em ném ta vào biển kinh ngạc
Vì thấy sao đầy trên sóng say khước
Vì thấy mắt đầy giữa đêm lạc đường
Xiêu đổ trong gió vô ảnh.

Ngày 05/11/2015
ĐÀO HIẾU

....

(*) Tỳ Bà Hành, Bạch Cư Dị

Câu chuyện về
HAI NHÂN VẬT NỮ CỦA TÔI

Trong tác phẩm Đốt Đời có một nhân vật nữ tên Ngọc. Tất nhiên ngoài đời "nhân vật" ấy có tên khác. Mà không phải là một người. Thật ra nhân vật Ngọc trong truyện là do hai người ngoài đời ghép lại. Một cô năm nay mới 21 tuổi, tạm gọi là cô A, một cô 28 tuổi, tạm gọi là cô B.

Cách đây hơn một tháng, tôi nhận được điện thoại của mẹ cô A, báo tin cô bị bệnh rất nặng. Tôi hỏi bệnh gì, bà chỉ khóc, không nói. Tôi đến nhà thăm. Đó là một phòng trọ chừng 12 mét vuông, 5 người ở. Cha, mẹ, cô A và người chị, cộng với một bé trai con của người chị.

A biết tôi đến nên kéo mền trùm kín mặt lại. Cô bé nằm trên chiếc nệm gòn trải dưới đất, sát tường, ngay cửa bước vào. Nhà chỉ có hai mẹ con, những người khác đều đi làm. Tôi ngồi dưới đất, cạnh chỗ A đang nằm. Tôi hỏi:

-Sao con trùm kín mít vậy?

-Bố về đi! Con không muốn bố nhìn thấy mặt con.

-Con bị thuỷ đậu hả?

Người mẹ chảy nước mắt nhìn tôi.

-Anh ơi, cháu nó bị ung thư. Đi khám, bác sĩ nói thời kỳ cuối rồi.

Tôi bảo con bé:

-Bỏ mền ra đi, cho bố coi vết thương.

A im lặng. Tôi nhìn thấy cổ chân con bé thò ra ngoài mền, ốm nhom như khúc xương da bọc. Tôi cầm lấy cổ chân, vuốt ve, rồi năn nỉ:

-Cho bố coi vết thương đi. Sao mà con phát hiện trễ quá vậy?

Con bé im lặng một lát rồi quyết định kéo cái mền xuống.

Cục bướu ở ngay cổ bên trái, to bằng trái cam sành, sưng đỏ, căng cứng.

Nhưng con bé không khóc. Trong truyện của tôi, Ngọc là một cô gái gan lì.

Nó tiều tuỵ, tái mét, teo tóp như một bộ xương.

-Cám ơn bố đã đến thăm.

-Con có cần gì không, bố sẽ mua cho con.

-Con không ăn được, không ngủ được vì đau quá, phải uống thuốc giảm đau thường xuyên. Bố không giúp được gì cho con đâu. Trễ quá rồi.

Tôi khóc. Nhưng tôi không biết nói gì để an ủi con bé. Lát sau nó nói:

-Bố ơi, con còn nợ cô Lành hai dĩa bánh cuốn 30 ngàn. Bố trả giúp con nha?

-Bố sẽ trả.

-Cám ơn bố. Thôi tạm biệt, bố về đi.

Bà mẹ theo tôi ra cổng dãy phòng trọ. Tôi đưa cho bà một số tiền, dù biết rằng chẳng giúp được gì trước căn bệnh hiểm nghèo đó.

Mấy hôm sau cô chị gọi điện thoại cho tôi:

-Chú ơi, gia đình đưa nó về quê rồi. Số tiền chú cho chắc sẽ dùng để mua cho nó một miếng đất nhỏ.

Tôi nghe câu đó mà bật khóc.

-Con ơi! Sao con nói nghe đau lòng quá vậy.

-Biết làm sao hả chú. Khi về đến Đồng Tháp, con A nó nói: "Chị phải ở lại đây với em. Chị mà bỏ về thành phố là em nhảy xuống sông tự vận liền". Nhưng làm sao con ở lại với nó được. Con phải về lo cho con trai con. Con chỉ ở lại mấy ngày. Nó đau đớn quá, thuốc giảm đau cũng không còn tác dụng nữa. Bữa kia nó nói: "Chị Hai ơi, em muốn chết nhưng em không đủ can đảm tự tử. Chị đi mua thuốc độc cho em uống đi. Nhưng đừng cho em biết. Chị cho em uống chung với thuốc giảm đau nha chị."

Câu nói ấy cứ theo tôi suốt nhiều ngày. Tôi đang đi ngoài phố, nghĩ đến là khóc. Đang ăn cũng khóc. Nửa đêm thức giấc cũng khóc. Khóc thầm lặng, một mình, một cõi riêng lẻ.

Tôi biết nói sao về cô gái mới 21 tuổi này? Nếu bạn từng đọc tác phẩm Đốt Đời, bạn sẽ thấy tuổi thơ của nhân vật Ngọc khốn cùng đến mức nào. Sẽ hiểu một cô bé bụi đời sống lăn lóc ra sao trên đường phố, trên vĩa hè, góc chợ, bờ sông, bãi rác... để rồi kết thúc cuộc đời trong tối tăm, đơn độc, lạnh lẽo, đau đớn và sợ hãi.

*

Người con gái thứ hai – cũng có thể gọi là "nửa thứ hai" của nhân vật Ngọc. Đó là cô B. Bị tù 8 năm vì nghiện ma tuý nặng, bị người ta bắt đi bán ma tuý để có "hàng đá" mà chơi.

Vô tù, người ta xét nghiệm máu thấy bị nhiễm HIV.

Tôi không hề quen biết cô B này, cũng chưa từng gặp mặt. Nhưng trong một vài dịp thăm tù, tôi có nghe kể về cô, một nữ tù nhân bị nhiễm HIV và bị gia đình bỏ rơi vì người ta mô tả rằng khi ở ngoài đời cô rất quậy, vừa chơi ma tuý vừa ngang ngược, làm khổ gia đình.

Cứ mỗi lần đi thăm tù, tôi lại được nghe kể một vài mẩu chuyện về cô, góp nhặt lại, ghép vào những bất hạnh, những bi kịch của cô bé tên A, để tạo ra nhân vật Ngọc.

Nhưng thưa các bạn, nhắc đến cô B, tôi không có ý định thuật lại cuộc đời bất hạnh cùng những lỗi lầm của cô, mà tôi muốn nói về một phép lạ.

Vâng, một phép lạ.

Cho tới giờ này tôi vẫn chưa hề gặp mặt cô, nhưng phép lạ đã xảy ra nhờ chiếc điện thoại.

Ngày nọ, một số điện thoại lạ hiện trên màn hình.

-Xin lỗi. Cho con gặp bố Đào Hiếu.

-Tôi đây. Ai gọi vậy?

-Con là B. Con có đọc truyện Đốt Đời của bố. Con cám ơn bố đã sáng tạo ra nhân vật Ngọc vì nhân vật ấy mang một phần đời của con.

Tôi tưởng như đang nằm mơ. Tôi kêu lên:

-B hả? Con ra tù rồi sao?

-Dạ. Con mới ra tù được hơn một tuần. Và nhờ cuốn Đốt Đời mà con lần ra số điện thoại của bố.

-Thế hiện giờ sức khoẻ của con thế nào?

-Con rất khoẻ bố ạ.

-Còn con gái của con?

-Nó mừng lắm. Ba mẹ con cũng mừng lắm.

Nhờ chiếc điện thoại, chúng tôi trò chuyện với nhau trong nhiều ngày. B dặn tôi là nếu cha mẹ cô có hỏi, thì đừng cho họ biết rằng cô bị nhiễm HIV vì sẽ có nhiều hệ luỵ xảy ra sau đó.

Tôi hứa.

Nhưng bỗng nhiên trong đầu tôi một câu hỏi rất quan trọng, một câu hỏi mang tính định mệnh hiện ra:

-Con bị nhiễm HIV bao lâu rồi?

-Tám năm, tức là trước khi con vào tù.

Tôi hỏi dồn dập:

-Tám năm? Nhiễm HIV tám năm, lại sống trong tù, ăn uống thiếu thốn, lao động cực nhọc, sao con có thể sống sót đến ngày nay?

Im lặng. Rồi cô nói như khóc:

-Chắc con cũng sắp chết rồi bố ạ. Nhưng lạy Phật, con được về nhà. Chết bên cạnh gia đình cũng đỡ lạnh.

Tôi suy nghĩ một lát. Rồi nói:

-Trên thế giới có những trường hợp người nhiễm HIV tự nhiên khỏi. Cơ thể tự nhiên đề kháng được và đẩy lùi nó. Bố nghe giọng nói của con rất khoẻ khoắn, đối đáp rành mạch. Bố không tin một người tù bị nhiễm HIV tám năm mà có thể như thế. Lẽ ra con đã chết trong tù rồi.

-Ý bố là sao?

-Là ngay ngày mai con đi bệnh viện Rạch Giá xin thử HIV. Bố nghi là con đã chiến thắng nó, hoặc là cách đây 8 năm người ta đã cho kết quả xét nghiệm sai.

Tôi gởi cho cô một triệu đồng.

Và kết quả xét nghiệm là âm tính.

Người mẹ trẻ ấy khóc oà trong điện thoại. Khóc ngay trong bệnh viện.

-Bố ơi! Con thấy như mình vừa được sinh ra một lần nữa.

Hôm nay, ngày 11/11/2015, chỉ mới cách đây chừng một tiếng đồng hồ, tôi lại nhận được điện thoại của B. Cô nói:

-Bố ơi! Hôm nay là sinh nhật của con.

Tôi trả lời:

-Bố chúc mừng con. Và hãy nhớ rằng đời con có hai ngay sinh nhật nhé.

MÚT MÙA LỆ THỦY
(Phê bình văn học)

Tác giả: *Nguyễn Đình Bổn*
Thể loại: *Truyện dài*
Nxb: *Hội Nhà Văn*
Năm xuất bản: *2015*

Thoạt tiên, xuất hiện một con bé mười lăm tuổi "tuy cơm không đủ ăn nhưng mắt đen thui, da trắng bóc, chân cẳng lại thon dài". Đó là Út Loan. Con bé đứng dưới túp lều tranh, nhưng mặt nó rực lên như đóa phù dung, tươi tốt, trẻ trung và hồn nhiên.

Rồi nó biến mất.

Và nó lại xuất hiện trên sân khấu, dưới ánh đèn màu chớp sáng, xoay vòng, mờ ảo. Út Loan biến thành một cô người mẫu sang trọng, lộng lẫy và hào nhoáng. Mà cũng có thể nó là đào hát cải lương, hay diễn viên điện ảnh. Nhưng chính Út Loan tự xưng mình là vợ một giám đốc người Đài Loan giàu có. Nó nói: "Ai muốn đổi đời thì theo tôi."

Ở cái xóm nghèo này gia đình nào cũng muốn đổi đời.

Nhưng Út Loan không phải là nhân vật chính. Bóng nó mờ dần và biến mất.

Từ trong cánh gà của sân khấu, một cô gái nhu mì, khép nép bước ra. Đó là Phượng, cô quyết định bái bai người yêu để theo Út Loan sang Đài Loan vì cha mẹ cô muốn "đổi đời", muốn dỡ cái nhà lá xập xệ để xây "nhà tường", muốn một cái ti-vi, một chiếc xe gắn máy.

Và cô trở thành nhân vật chính trong truyện.

Từ đó trên sân khấu hiện ra nhiều cô gái khác. Những quần áo quê mùa biến mất, thay bằng những bộ cánh rực rỡ. Bọn con gái bay quanh Út Loan, cười khúc khích. Xóm nhà lá chợt đùn lên, đùn lên... thành những ngôi nhà tường sơn đủ màu: xanh lá cây, vàng nghệ, hồng phấn.

Phép lạ ấy không đến từ "nền kinh tế thị trường định hướng xã hội chủ nghĩa" mà đến từ những nguồn vốn tự có của các cô gái miền Tây trắng trẻo, thon thả... tuy nhà rất nghèo.

Nhưng họ không phải là gái điếm. Họ theo Út Loan sang Đài Loan làm vợ mấy ông già hay đi bán trầu...ôm.

Trầu ôm? Cũng giống như bia ôm. Ăn mặc hở hang. Hai mảnh. Giày cao gót, đứng trong những ki-ốt sang trọng dọc theo xa lộ, hễ có xe con đến là bước ra đón khách để mời... ăn trầu (vì đàn ông Đài Loan ưa ăn trầu, với niềm tin rằng ăn trầu sẽ tăng cường khả năng tình dục!?).

*

Tác phẩm Mút Mùa Lệ Thủy phô bày một nghịch lý: Những gia đình nghèo không ước mơ cho con đi học thành kỹ sư, bác sĩ về giúp gia đình mà chỉ muốn đưa con gái lên thành phố hoặc ra nước ngoài kiếm tiền. Các cô bé trở thành lao động chính, trai tráng thì suốt ngày nhậu. Và chết trẻ. Làng không còn con gái. Làng chỉ có ông bà già và dăm ba thằng con trai say xỉn. Và tất cả đều ngóng mỏ chờ những cô con gái đem tiền về.

Tác phẩm Mút Mùa Lệ Thủy là tập hợp những cảnh đời nghiệt ngã của các ô gái Việt Nam lấy chồng Đài Loan. Làm việc cực nhọc, bị đánh dập, chửi rủa… phải trốn chồng, bỏ nhà đi bán… trầu ôm. Nhưng vì xã hội người ta giàu có nên những nghề ấy vẫn kiếm được khá nhiều tiền, giúp các cô có thể gởi về cho cha mẹ mình "xây nhà, sắm xe, sắm ti-vi, tủ lạnh…"

Nhưng phần cuốn hút nhất trong tác phẩm Mút Mùa Lệ Thủy là câu chuyện tình bi thương của cặp nhân vật Phượng và Dân. Mối tình đằm thắm, lẽ ra phải lãng mạn, nhưng lại bị xô đẩy vào những bi kịch từ ước muốn thoát nghèo.

Tác phẩm kết thúc bằng một cuộc thảm sát mà có lẽ không ai muốn. Kẻ sát nhân và người bị hại đều đáng thương. Lẽ ra những người ấy đã không chết nếu những cảnh đời trong cái xóm nghèo ấy không bị xã hội bỏ mặc trong lãng quên, trong dốt nát và nghèo đói.

Tác phẩm là hồi còi hụ của chiếc ambulance chở trong lòng nó cả một đám dân cùng khổ, mất phương hướng và đang hấp hối trong một cơn mê sảng đổi đời bệnh hoạn.

11/7/2015

NHỮNG ĐỨA "CHÁU NGOẠI
4 chân" của tôi

Có một buổi chiều, khi mở cổng nhà, tôi chợt nhìn thấy một con mèo nhỏ, ốm yếu, run rẩy, đứng nép bên cánh cổng sắt. Thấy tôi, nó định bỏ chạy nhưng tôi đã ngồi xuống, đưa bàn tay ra và gọi: "Meo!", thế là nó dừng lại, mon men bước tới vài bước.

Meo! Meo!...

Tôi bế nó lên, những ngón tay chạm vào khung xương sườn mảnh khảnh của nó. Nó nhìn tôi thăm dò.

Lâu nay, tôi có nuôi một con mèo tam thể trắng, nó tên Xíu. Cháu nội tôi xin của đứa bạn đem về nuôi từ hồi hai tuần tuổi. Quấn quýt, vuốt ve, chiều chuộng. Từ nắm tay, nó lớn lên từng ngày và bây giờ trở thành cô tiểu thư xinh đẹp, quý phái, mơ mộng và... kén ăn. Khi còn bé, nó ưa vồ những con gián nên lũ gián biến mất. Bây giờ thì nó coi khinh lũ côn trùng nhỏ bé ấy. Nó để ý mấy con chuột. Nó bắt được cả những con chuột to bằng nắm tay, cắn chết và vứt nơi phòng khách. Nó thường chui ra khỏi cổng, đi lang thang quanh các bờ rào, bờ sông và các chậu hoa.

Tôi vẫn sợ kẻ xấu bắt trộm, nên cứ thấy vắng là đi tìm, có khi thấy nó nằm mai phục âm thầm cạnh một khóm hoa.

Ngày nọ cháu nội phát hiện xác một con chim chào mào trong cặp sách. Nhưng cháu nội không sợ, nó vuốt ve con mèo và nói:

-Sao lại bỏ trong cặp? Em tặng cho chị hả? Nhưng đừng bắt chim nữa nhé, tội nghiệp chúng nó.

Đó là chuyện của mèo trắng. Còn đứa trẻ mồ côi lạc loài mà tôi đang bế trên tay đang run rẩy này, là méo tam thể đen. Nó rất đói. Tôi lấy cái đầu cá nục (do mèo trắng chừa lại) đưa cho nó, nó nhai ngấu nghiến, vừa nhai vừa gừ gừ, sợ kẻ khác tranh mất. Bất ngờ bé Xíu (mèo trắng) xuất hiện. Nó dựng lông gáy lên, đập đuôi xuống đất, miệng gừ gừ rất giận dữ. Tôi phải bế cô bé tam thể đen, đặt trên bờ tường.

Hai con mèo nhìn nhau.

Tôi đứng canh chừng rất lâu nhưng chúng vẫn không chịu bỏ đi. Tôi vô nhà một lúc, khi trở ra thì mèo đen đã biến mất.

Sáng sớm hôm sau, khi mở cổng đi dạo, thì đã thấy đứa trẻ mồ côi chiều hôm qua ngồi chờ trên bức tường nơi cổng sắt. Meo... meo... meo... nhỏ nhẹ, yếu ớt, rụt rè như tiếng gọi mẹ.

Tôi lại lấy cá nục của bé Xíu cho nó một con. Lại võ vập, ngấu nghiến, cuống quýt.

Cứ thế, buổi chiều nó lại đến trên đầu tường để chờ bữa ăn.

Ngày nọ, tôi đi chơi về muộn, quên mất bữa ăn của bé. Đến nửa đêm thức dậy, ra sân thượng nhìn xuống cổng, thấy cô bé đang nằm chờ ở đó. Tôi liền chạy xuống, mở cửa và ôm nó vào lòng. Hôm đó cá đã hết, nó chỉ ăn một nắm cơm nguội.

Cháu nội và tôi thay phiên nhau cho bé ăn. Cháu nội nói:

-Nó giống hệt chị con Bún (chị con Xíu), nên con đặt cho nó tên Mì.

Con Bún đã bị người ta hại chết cách đây hơn hai năm và tôi đã chôn nó dưới gốc cây trước nhà. Hai ông cháu khóc mấy ngày liền. Nó giống hệt bé Mì không chỉ ở màu lông đen trắng mà con ở đôi mắt rất hiền. Cháu nội yêu nó ngay từ khi mới gặp, có lẽ vì thế.

-Ông nội ơi, chắc là linh hồn của con Bún đã đầu thai thành bé Mì và tìm về nhà mình.

Còn tôi thì nghĩ: Mẹ tôi tuổi mẹo, cầm tinh con Mèo, nên mèo hoang cứ về nhà tôi hoài, và tôi vẫn có chút hy vọng mong manh rằng đứa bé mồ côi đó là mẹ tôi. Nên tôi rất yêu nó.

*

Một buổi chiều khác, khi đi bộ quanh khu nhà ở, tôi phát hiện trong đống rác lớn cạnh cây cầu, hai con mèo con, nhỏ như nắm tay, đang lấp ló trong một cái "ổ" do chúng tự làm lấy giữa đống rác. Nó sâu chừng ba tấc, có thể thọc cánh tay vô được. Phía trong ổ hơi cong như một cái ngách để chúng trốn.

Nhưng khi tôi gọi "meo, meo" thì chúng thập thò, ló mặt ra. Hai cái mặt thơ ngây như trẻ lên ba, hai cặp mắt ngơ ngác, dò hỏi. Tôi cho chúng một con cá. Tưởng chúng sẽ chia nhau ăn, nhưng con vàng đã ngoạm lấy cá và chạy mất, bỏ con xám đứng một mình giửa rác rưởi và lá mục.

Lần thứ hai tôi cắt con cá ra thành nhiều miếng và con vàng không còn giành ăn với con xám nữa.

Tôi đặt thức ăn vào một cái hộp bằng nhựa trắng. Hôm sau xem lại, hộp nhựa biến mất. Tôi lại đặt một hộp khác. Lại biến mất. Đến lần thứ ba, tôi nghĩ: chắc là những người "ve chai" đã lấy đi. Tôi tìm mua một cái bát sành, nhưng lại sợ bị lấy mất, nên dùng kềm bẻ cho mẻ miệng. Tôi không trách kẻ đã lấy những cái dĩa nhựa, vì có lẽ người ta cũng phải nhặt nhạnh từ cõi đời khốn khổ này bất cứ thứ gì có thể bán được. Chẳng phải là rất đáng thương sao?

*

Mấy hôm sau tôi đọc được một tin nhắn trên điện thoại của bà xã gởi cho các con tôi: "Ba mày ngày rày "lẫn" rồi. Ổng đem mèo hoang về nuôi". Có lẽ bà không hiểu được tôi đang nghĩ gì về những đứa trẻ mồ côi bị mẹ chúng bỏ rơi. Và bị xã hội bỏ rơi nữa. Trong cái thành phố rộng lớn này có biết bao nhiêu những chú mèo con thơ dại, bơ vơ, đói khát, thui thủi trong những đống rác, những bụi bờ, cống rãnh như thế?...

Một ông già về hưu như tôi, ngoài chuyện viết lách, tôi đã tìm thấy niềm vui giữa những đứa "cháu ngoại bốn chân" đã bị cuộc đời vứt bỏ và đã tìm đến tôi một cách tình cờ.

Cứ mỗi chiều đi ngang đống rác, tôi gọi meo meo là hai đứa trẻ sơ sinh, từ trong mớ rác rưởi, cành cây và là mục chui ra, cuống quýt chạy đến, vừa chạy vừa gọi: meo... meo (dịch ra tiếng Việt là: "ông ngoại... ông ngoại"...). Tôi cũng cuống quýt, cũng vui mừng, cũng hạnh phúc như chúng nó. Có khi phải trào nước mắt.

Đời tôi đã chứng kiến nhiều cái chết thảm thương của những con vật nuôi của mình (tôi có viết một bài nhan đề: "Mèo, chó và tôi" đăng trên Blog cá nhân, và in trong tập "Mặt Đất Vẫn Rung Chuyển"), giờ đây tôi quyết giữ gìn chúng, cầu nguyện cho những kẻ gian đừng bắt chúng đi, đừng giết hại chúng.

Hiện giờ tôi đang nuôi bốn con: một cô tiểu thơ nuôi trong nhà, ngủ chung với cháu nội. Và ba đứa trẻ bụi đời.

Cách đây mấy năm, bà chị tôi ở Đà Nẵng cũng có nuôi một con mèo như thế. Trong suốt những năm bà bệnh nặng, nó cứ đến nằm cạnh bà. Khi bà mất, nó leo lên ngực bà nằm khoanh tròn và im lặng.

Tôi muốn khi tôi chết đi cũng sẽ có những đứa "cháu ngoại bốn chân" này đến nằm bên cạnh và gọi: "meo... meo... ngoại ơi... ngoại ơi..."

ĐÀO HIẾU

Phần III
PHỤ LỤC

105. Mối tình Maneli

118. Bà Nguyễn Thị Năm bị bắn trong "Cải Cách Ruộng Đất"

143. Chuyến xe

146. Gỡ bỏ cờ vàng

154. Các thời kỳ Bắc thuộc

159. Phát biểu của tướng Lưu Á Châu

188. Song Chi phản biện Lê Diễn Đức

193. GS. VÕ TÒNG XUÂN: Suy nghĩ về ngập mặn đồng bằng sông Cửu Long.

195. "CON RUỒI TÂN HIỆP PHÁT"

Mối tình
MANELI

Ảnh tư liệu, nguồn Internet

I. "Mối tình Maneli" nghĩa là gì?

Cuộc thương thảo bí mật của em trai cố Tổng Thống Ngô Đình Diệm là ông Ngô Đình Nhu với Cộng Sản Hà Nội nhằm thúc đẩy hai miền Nam - Bắc của Việt Nam né tránh một cuộc xung đột ý thức hệ ngu xuẩn chỉ có lợi cho Trung Quốc được giới tình báo Hoa Kỳ tặng cho một cái tên là "Mối tình Maneli" ("Maneli affair")

Trong cuộc thương thảo này, Việt Nam Cộng Hòa đồng ý viện trợ kinh tế bao gồm lúa gạo, sản phẩm gia dụng và y tế cho Cộng Sản Hà Nội nếu Cộng Sản Hà Nội đồng ý tuyên bố đứng trung lập, không gia nhập khối Xã Hội Chủ Nghĩa và cùng với Việt Nam Cộng Hòa tham gia liên minh "Các Nước Không Liên Kết" của Ấn Độ. Việt Nam Cộng Hòa cam kết thương mại trao đổi với Cộng Sản Bắc Việt và sẽ cố gắng giúp Hà Nội thoát khỏi tình trạng đói kém do đang bị cô lập với thế giới bên ngoài và phải sống bằng viện trợ chu cấp mọi thứ bởi Bắc Kinh để đến nỗi buộc lòng phải đi theo đường lối Đấu Tố của Mao Trạch Đông khiến hai trăm ngàn dân oan bị giết chỉ trong vài năm.

Cộng Sản Hà Nội lưỡng lự trước nước cờ táo bạo này của ông Ngô Đình Nhu vì biết rõ những cam kết mà Việt Nam Cộng Hòa đưa ra rất thật lòng dựa trên sự ổn định phát triển kinh tế của miền Nam Việt Nam trong suốt gần chín năm sau hiệp nghị Geneve 1954.

Khi tình báo Hoa Kỳ liên tục gởi tín hiệu cho Washington biết về "mối tình Maneli" động trời này của hai anh em ông Diệm, Tổng Thống Kennedy vô cùng tức giận vì ông cho rằng, đây là một sự "phản bội tàn nhẫn." Tòa Bạch Ốc từ đó quyết tâm loại bỏ hai anh em ông Diệm ra khỏi quyền lực bằng mọi giá.

Thế nhưng mười năm sau, nước Mỹ lại áp dụng y chang kế sách của ông Nhu, Henry Kissinger thất hứa với chính phủ Nguyễn Văn Thiệu, đi đêm với Chu Ân Lai làm cho Việt Nam mất quần đảo Hoàng Sa và thất thủ hoàn toàn sau đó; dẫn đến cả triệu thường dân Campuchia bị Cộng Sản sát hại, trên hai triệu người Việt bị tan nhà nát cửa và tù tội để có được một hòa bình trong nhục nhã. Đây mới đúng là một sự "phản bội tàn nhẫn" như Tổng Thống Kennedy đã từng thốt lên trước đó.

II. Tại sao lại gọi là "mối tình Maneli"?

Maneli là họ của ông Mieczysław Maneli, một người Ba Lan được cho là sanh vào ngày 22 tháng Giêng năm 1922 tại Miechów và mất vào vào ngày 9 tháng Tư năm 1994 tại New York, Hoa Kỳ. Ông là đại diện cho Ba Lan trong Hội Đồng Giám Sát Hiệp Nghị Geneve 1954 về Việt Nam, có tên tiếng Anh là "the International Commission for Supervision and Control in Vietnam," gọi tắt là ICC hay ICSC. Hội đồng này gồm ba quốc gia, một thuộc thế giới tự do là Canada, một thuộc khối Cộng Sản là Ba Lan và một thuộc khối Không Liên Kết là Ấn Độ.

Chính phủ Cộng Sản tại Ba Lan hoàn toàn không có chủ định can thiệp sâu rộng vào nội tình chính trị của Việt Nam lúc bấy giờ nhưng vì Hà Nội cần Ba Lan làm cầu nối ngoại giao độc lập khỏi sự kềm tỏa của Trung Quốc để tìm hiểu thêm ý định chiến lược của hai anh em ông Diệm. Cho nên, Maneli chỉ ráng đóng vai trong của một sứ giả, truyền đạt những thông điệp cần thiết từ Hà Nội, từ Moscow đến với hai anh em ông Diệm-Nhu và ngược lại. Tuy nhiên, vòng xoáy chính trị giữa Moscow - Hà Nội - Sài

Gòn - Ấn Độ – Hoa Kỳ khiến ông Maneli ngày càng bị lôi cuốn sâu vào nội tình Việt Nam.

Hoa Kỳ theo dõi chặt chẽ các chuyến đi ngoại giao của Maneli tới Hà Nội Sài Gòn để hiểu rõ thêm ý đồ chiến lược của hai anh em Diệm Nhu. Từ đó, cái tên "mối tình Maneli" ("Maneli Affair") được hình thành.

Kết cục của "mối tình Maneli" là Tổng Thống Ngô Đình Diệm và ông Nhu điều bị giết sau vụ đảo chánh ngày 1 tháng 11 năm 1963. Người bật đèn xanh cho cuộc đảo chánh dẫn đến cái chết của Tổng Thống Diệm là Tổng Thống Hoa Kỳ, John F. Kennedy, sau đó cũng bị ám sát bí hiểm không đối chứng trong cùng một tháng cùng năm. Tại Hà Nội, phe Lê Duẩn cũng lên thay thế quyền hành của ông Hồ, của ông Đồng và Tổng Bí Thư Đảng Liên Xô, Khrushchev, người ủng hộ lập trường Việt Nam trung lập của ông Diệm cũng bị truất phế bởi phe đầu đá Brezhnev ngay vào năm 1964.

Riêng Mieczysław Maneli, ông xin tỵ nạn chính trị tại Hoa Kỳ vào thập niên 1980 và sống tại xứ sở này cho tới ngày ông mất.

III. Nội tình của "Mối tình Maneli"

Không cách gì có thể trình bày hết được chi tiết và cũng không thể nào tóm gọn các chi tiết bên trong của "mối tình Maneli" chỉ qua một bài viết ngắn ngủi vì mỗi chi tiết điều có ý nghĩa vô cùng quan trọng liên quan đến lịch sử bị đát của Việt Nam Cộng Hòa, một quốc gia coi trọng tình tự dân tộc lên trên mọi chủ nghĩa, mọi tôn giáo, dẫn đưa đến tính mạng của gia đình Tổng Thống Ngô Đình Diệm, kể cả tính mạng của Tổng Thống Kennedy, cũng như liên quan đến kế hoạch "phế mã tranh tiên" của Hoa Kỳ làm toàn bộ khối Cộng Sản bị sa lầy trong chiến thắng quân sự mà rồi bị kiệt quệ và chia rẽ dẫn đến sự sụp đổ hoàn toàn tại Âu châu.

Tuy nhiên, một điều quan trọng nhất tạo sửng sốt cho mọi nhân vật có liên quan và khiến không ai có thể ngờ tới được nếu biết rõ tình tiết của "mối tình Maneli" là đích thân Tổng Thống Ngô Đình Diệm cam kết sẽ trục xuất Hoa Kỳ ra khỏi miền Nam Việt Nam ngay lập tức nếu Cộng Sản Bắc Việt chịu bãi binh và cùng đồng ý nắm tay với ông tham gia khối các nước Không Liên Kết do Ấn Độ chủ xướng.

Thái độ dứt khoát né tránh chiến tranh ý thức hệ tạo bởi hai siêu cường Liên Xô - Hoa Kỳ có Trung Quốc tham dự của Tổng thống Diệm làm sửng sốt không những Hà Nội mà ngay đến cả Moscow cũng bàng hoàng.

Moscow toan tính rằng việc trung lập hóa Việt Nam sẽ rất hay vì cùng một lúc xóa bỏ ảnh hưởng vô cùng sâu rộng của Cộng Sản Trung Quốc lên Hà Nội và hất Hoa Kỳ ra khỏi Sài Gòn mà không cần súng đạn. Việt Nam từ đó sẽ theo liên minh Ấn Độ vốn có đường lối ngoại giao cởi mở đối với Liên Xô. Từ đó, Liên Xô có thể gián tiếp ảnh hưởng lên Việt Nam thông qua Ấn Độ; dù sao, Ấn Độ vẫn đáng tin cậy hơn là Cộng Sản Trung Quốc, theo cách nhìn của Khrushchev, Tổng Bí thư Đảng Cộng Sản Liên Xô lúc bấy giờ.

Riêng về Cộng Sản Hà Nội, mở cửa qua lại kinh tế với Việt Nam Cộng Hòa là một điều không thể được vì cả miền Bắc vẫn còn đang run sợ Đấu Tố và sẵn sàng ồ ạt bỏ Hồ Chí Minh nếu có thông thương với miền Nam Việt Nam. Cho nên, Cộng sản Hà Nội muốn kéo dài nỗ lực trung lập Việt Nam của hai anh em ông Diệm để Hoa Kỳ có thì giờ loại bỏ ông Diệm ra khỏi quyền lực dù biết rằng Moscow ủng hộ đề nghị này. Hơn nữa, Cộng Sản Hà Nội trong đó có cả Hồ Chí Minh không đủ can đảm để qua mặt Bắc Kinh như ông Diệm cương quyết qua mặt Hoa Kỳ. Đối với ông Diệm, quốc gia vẫn là trên hết nhưng đối với Cộng Sản Hà Nội thì chủ nghĩa Mác Lê, quan trọng hơn tương lai quốc gia.

IV. Hệ lụy của "mối tình Maneli":

Sau khi "mối tình Maneli" tan vỡ, dân tộc Việt Nam đã phải đổ máu cho chiến thắng của chủ nghĩa Cộng Sản.

Kết thúc cuộc chiến tranh ý thức hệ phi lý, vô nghĩa này, dân tộc Việt Nam chẳng còn gì ngoài câu nói đau thương của Tổng Thống Nguyễn Văn Thiệu: " ĐỪNG NGHE NHỮNG GÌ CỘNG SẢN NÓI MÀ HÃY NHÌN NHỮNG GÌ CỘNG SẢN LÀM!"

Thông qua "mối tình Maneli", các sử gia sẽ thấy ngay được tấm lòng yêu nước của hai anh em ông Diệm. Đối với hai ông, "quốc gia là trên hết!" Hai ông đã cố ráng tìm đủ mọi cách để cho đất nước có hòa bình dân chủ và độc lập, bất chấp hy sinh tính mạng. Việt Nam sau này sẽ lại quay về với con đường Việt Nam Cộng Hòa mà hai ông đã khởi xướng, và nhìn lại hình ảnh của hai ông như là điểm tựa của một niềm tin, đó là tình thần quốc gia Việt Nam Cộng Hòa không bao giờ chết!

© TÚ HOA

© Đàn Chim Việt 18/6/2015

—————————————————

PHỤ CHÚ:

Xin trình bày 3 điện tín bí mật của Maneli gởi về cho Bộ Trưởng Ngoại Giao Ba Lan (Spasowski) như là một bằng chứng trong muôn ngàn bằng chứng hiện có về sự liên hệ của ông Ngô Đình Nhu trong "mối tình Maneli" khi qua mặt Hoa Kỳ thương thuyết với khối Cộng Sản cho hòa bình tại Việt Nam.

Sau đây là nội dung 3 bức điện tín đã được dịch sang tiếng Anh:

I./ SECRET TELEGRAM FROM MANELI (SAIGON) TO SPASOWSKI (WARSAW), 30 AUGUST 1963

Ciphergram No. 11266

From...Saigon......dispatched on 8.30.63 at 12:00 hours........received on 9.1.63 at 9:20 hours Came in to the Decoding Department...9.1.63 at 16:40

During the reception at the Ministry of Foreign Affairs, the Italian and French ambassadors arranged my meeting with Mr. Nhu. He welcomed me with ostentatious kindness. He said that Poland, after France, was the second most respected and well - known country [in Vietnam] and he invited me for a talk.

Tovmassian recommends that I go.

No. 393

Deciphered on 9.2.63 at 18:15 hours Deciphered by Szopa, checked by Bakunowicz [Source: AMSZ, Warsaw, 6/77, w-102, t-625, obtained and translated by Margaret Gnoinska.]

*

II./ SECRET TELEGRAM FROM MANELI (SAIGON) TO SPASOWSKI (WARSAW), 31 MAY 1963

Ciphergram   No.   7353 From...Saigon......dispatched on 5.31 at 10:00 hours.........received 6.1 at 9:58 hours...... Came in to the Decoding Department...6.1. at 14:30

I am reporting further results of the consultations in Hanoi.

The conversation with the Premier [Pham Van Dong] was planned for one hour. On his initiative, it lasted two hours. The issue of the development of the Diem - US spat was discussed in detail. He presented his own, not abridged, assessment. Once again, he expressed his will to comply with the Geneva Accords. As far as the South is concerned, the formula of wide neutral coalition government still applies. As to the question of who is to make up the right and the center, he replied: This will crystallize itself, the presence of certain people from the Diem regime is not out of the question. The people of the right will only be a fiction for the countries abroad, without a significant influence on governing. It is true that the Laotian example did not work out – this does not matter. The change in government in the South will happen after military defeats. Only then will the

Americans and Diem be forced to participate in an international conference. In exchange for the neutrality of the South, the North will comply with the Geneva Accords. The Minister of Foreign Affairs asked to relay to those interested in the South that they wanted to begin cultural [exchanges] and trade (rice, coal) before political settlements [were reached]. Both strongly asked that the probes be expanded, which is mentioned in the previous no. 255.

The Premier was saying almost the same thing during my previous visit, as if nothing changed on their end. He emphasized the work of the Poles for Vietnam. He used the word "socialist camp," talking about the role of the USSR; he did not mention China even once. Ambassador Tovmassian was very pleased with these statements of the Premier.

The formula along the line of 1954 is more strongly evident in all the reports. The Chinese Ambassador was talking about the new Dien Bien Phu, and the Minister of Foreign Affairs about the defeat in Algeria. Ambassador Tovmassian found out, unofficially, that they were planning to organize a 500 thousand men army in the South by 1965. The costs of maintenance were paid by the Chinese, and the rest came from local sources. The high degree of participation of the Chinese is a surprise to Cde. Tovmassian.

The special intelligence gathered for us regarding the battles in the South confirms our assessment relayed in a report: the balance of forces. They admitted defeat, but they still maintain that they control 75 percent of the territory and 50 percent of the population, even though certain changes have occurred as to the spheres of influence.

No. 262

Deciphered on 6.1. at 9:00 hours Deciphered by Jochimek, signed by Fiutowski /-/ Maneli

[Source: AMSZ, Warsaw, 6/77, w-102, t-625, obtained and translated by Margaret Gnoinska.]

*

III./ SECRET TELEGRAM FROM MANELI (HANOI) TO SPASOWSKI-MORSKI (WARSAW), 11 MARCH 1963

Ciphergram No. 3175

From...Hanoi.....dispatched on 03.11. at 12:00 hours........received on 03.12. at 12:21hours... Came in to the Decoding Department...03.12.63. at 14:30 page56, image 3160, page56 image3320.

Conducted lengthy conversations with Prime Minister [Pham Van Dong] and [Soviet Ambassador] Tovmassian.

Synthetic139 conclusions are as follows:

1) The Prime Minister underscored several times that their policy regarding general Vietnam matters entirely corresponds with [those] of Moscow and Warsaw, that they want consistent execution of the Geneva Accords, that this is actually the neutralization of which [Indian Prime Minister Jawaharlal] Nehru and [US Ambassador to India John Kenneth] Galbraith were speaking.

They considered and continue to consider the Geneva Accords as beneficial, [and] they do not want any foreign [military] bases or military alliances anywhere in Vietnam.

We assess this statement, together with Mikołaj [the Soviet embassy] as a real consent to something along the lines of neutralization also of the North under the condition that some other terminology be used.

2) The aim of struggles in the North, the Prime Minister said, is to aspire to establish a government based on a wide democratic range like the Laotian type.

The intensification of the struggles should lead to an international conference. I reminded [him] of the statement of Goburdhun that the Americans could withdraw only under the circumstances of saving face. He replied that he appreciated this necessity and that the Poles would surely find some intelligent formula [to solve this problem].

3) I am to present the following matters during the sessions of the commission [ICC]:

a) introduction of weapons based on weekly reports of permanent groups

b) chemical warfare

c) provocations [conducted by] the South in the demilitarized zone.

4) In case of counter-accusations about the sabotage, I am to express consent for the creation of a mobile group which would conduct a full investigation with the participation of communication officers from both sides. Goburdhun told me that proving the sabotage by legal [court] channels is impossible.

5) Tovmassian informed me that the Chinese pressured [the DRV] to cause incidents in the demilitarized zone, but Secretary Le

Duan decisively opposed this while stating that they wanted to show the world their good will. I add that based on the information and opinions of our officers one can recognize that there were attempts to cause incidents in the [demilitarized] zone by the North. They also acted ambiguously in Haiphong. I will relay details of these matters, as well as further results of consultations, later.

/-/ MANELI

No. 94

Deciphered on 03.12. 18:30 hours Deciphered by Miaśkiewicz, checked by Bakunowicz
[Source: AMSZ, Warsaw, 6/77, 1963: w-96, t-1368, obtained and translated by Margaret Gnoinska.]

BÀ NGUYỄN THỊ NĂM BỊ BẮN
trong "cải cách ruộng đất"

Xuân Ba

Tôi ngập ngừng ngừng gõ lên cánh cửa một ngôi nhà ở đường Láng. Ngập ngừng như động thái của người có lỗi.

Lỗi vì mình đã quá muộn? Lỗi vì sự lừng khừng chần chừ, dùng dắng?

Thực ra nhiều năm trước, có lần tôi đã tìm đến ngôi nhà 117 Hàng Bạc. Nhưng người chủ ngôi nhà cho biết người tôi cần tìm không có ở đây. Và không biết đã chuyển đi chỗ nào?

Những ngài ngại lẫn sờ sợ. Nỗi sợ vô cớ và bầy đàn ấy đã khiến dài mãi thêm những lừng khừng cùng dùng dắng...

Người tôi cần tìm là ông Nguyễn Hanh.

Ông là thành viên trong cụm danh từ Cát Hanh Long. Cụm từ ấy từng ám vào tâm trí không ít người của một thời một thuở?

Ông Nguyễn Hanh là con trai trưởng của bà Nguyễn Thị Năm tức Cát Hanh Long, người đàn bà đầu tiên bị bắn oan trong Cải cách ruộng đất (CCRĐ)

Nhưng lần này sau khi gặp được một người, tôi đã quyết dẹp đi sự dùng dắng đó. Người ấy là ông Lưu Văn Lợi thư ký riêng của ông Lê Đức Thọ.

KỲ 1:
Dấu chấm dứt
thành dấu chấm lửng?

Tôi đã quấy quả ông nhiều lần dịp mới đây, 40 năm Hiệp định Paris.

Ông như một phần, một mảng miếng của sử. Là thư ký riêng cho Cố vấn Lê Đức Thọ nhiều năm, không chỉ 4 năm 8 tháng 16 ngày, thời gian diễn ra cuộc hòa đàm Ba Lê.

May mắn nhà ngoại giao tuổi cao sức yếu ấy còn rất mẫn tiệp. Lần này trên bàn làm việc của ông là một tờ A4 Photocopy. Chữ của ông cố vấn Lê Đức Thọ

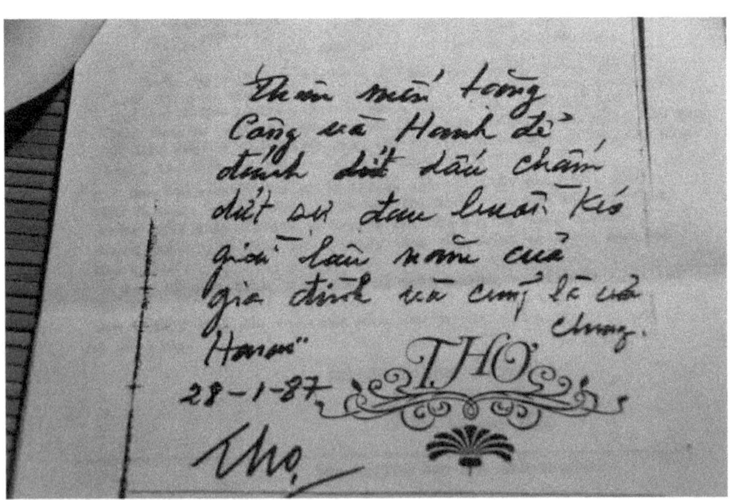

"Thân mến tặng Công và Hanh để đánh dấu chấm dứt sự đau buồn kéo dài lâu năm của gia đình và cũng là của chung. Hà Nội ngày 28-1-1987". Lê Đức Thọ.

Chuyện của nhà ngoại giao kiêm thư ký của ông Lê Đức Thọ thoáng đưa tôi về những năm xa. Những Võ Nguyên Giáp, Trường Chinh, Lê Đức Thọ Hoàng Quốc Việt cùng nhiều yếu nhân của Đáng của Mặt trận Việt Minh từng qua lại được chở che ở ngôi biệt thự bề thế ở ven hồ Thiền Quang. Sau ngày toàn quốc kháng chiến, lại cũng những đáng bậc ấy cùng nhiều yếu nhân của Đảng của Chính phủ cũng nhiều dịp tá túc qua lại sinh hoạt ở khu đồn điền Đồng Bẩm vùng Thái Nguyên. Chủ những cơ ngơi những biệt thự cùng khu đồn điền ở Đồng Bẩm ấy là bà Nguyễn Thị Năm thường gọi là Cát Hanh Long, tên một hiệu buôn nổi tiếng ở Hà Thành, Hải Phòng.

Chuyện bà cùng chồng thuở hàn vi ăn chắt nhịn thèm lao tâm khổ tứ với khiếu kinh doanh cùng năng lực thương mại vượt trội đã gây dựng nên cả một cơ ngơi đồ sộ là cả một câu chuyện dài. Nội việc bà kinh doanh hai thứ hàng nặng nhất và nhẹ nhất khi ấy là tơ và sắt thép nổi tiếng ở Hà Thành và Hải Phòng cũng đã có lắm chuyện như là giai thoại? Người nữ nhi giàu tiền bộn bạc ấy lại sẵn tấm lòng son với đất nước. Thời gian trước năm 1945, những căn biệt thự của bà ở Hà Nội và Hải phòng là nơi đi về liên lạc của Việt Minh. Hai người con trai của bà Năm đã được giác ngộ được bí mật lên chiến khu.

Khó kể hết những đóng góp của nhà tư sản ấy cho cách mạng. Từng ủng hộ Việt Minh trước CM tháng Tám 20.000 đồng bạc Đông Dương (tương đương bảy trăm lạng vàng) rồi sau này là thóc gạo, vải vóc, nhà cửa. Bà là một trong những người đóng góp tiêu biểu nhất của "Tuần Lễ Vàng" ở Hải Phòng với hơn một trăm lạng vàng.

Một sự kiện vô tiền khoáng hậu khi ấy đối với một nữ nhi thường tình là bà đã ngồi trên chiếc xe ô tô của nhà treo cờ đỏ sao vàng từ Hải Phòng lên thẳng chiến khu qua thành phố Thái Nguyên, nơi quân Nhật còn chiếm đóng đến Đồng Bẩm, Đình Cả, Võ Nhai để báo cho con trai và các đồng chí của mình tin Hà Nội đã giành được chính quyền! Sau thời điểm kháng chiến toàn quốc, bà trao chiếc búa cho đội tự vệ phá hoại để làm cái việc san bằng địa khu biệt thự Đồng Bẩm thực hiện chủ trương tiêu thổ kháng chiến. Sau đó bà là chủ tịch Hội phụ nữ tỉnh Thái Nguyên và khu đồn điền Đồng Bẩm từng nuôi ăn cho một trung đoàn vệ quốc quân trong một thời gian dài.

Tiếc thay, phát súng đầu tiên của CCRĐ lại nhằm vào một phụ nữ. Người đó là bà Nguyễn Thị Năm.

Bà bị bắt bị đấu tố với tội danh tư sản địa chủ cường hào gian ác.

Rồi bị lôi ra pháp trường.

Sự kiện bi thảm ấy diễn ra vào lúc 8 giờ tối ngày 29 tháng Năm Âm lịch năm 1953. Khi bà vừa tuổi 47.

Một ngày mùa đông năm 1986, ông Lê Đức Thọ cho gọi Lưu Văn Lợi và dặn như thế như thế...

Như thế là việc ông cử người thơ ký của mình đến số nhà 117 Hàng Bạc. Con trai bà Cát Hanh Long ở đó.

Không phải một mình ông Nguyễn Hanh, con trai bà Năm. Cả gia đình 6 nhân khẩu chen chúc trong một diện tích chỉ hơn 20 mét vuông. Tận mắt chứng kiến bao thứ gian nan về nơi ở của thời bao cấp khốn khó, nhưng khi đến 117 Hàng Bạc ông Lợi vẫn không khỏi xót xa.

Ông có trách nhiệm báo cáo lại với vị Trưởng Ban Tổ chức TW những gì mắt thấy tai nghe về gia cảnh hiện thời của nhà Cát Hanh Long.

Ông Lê Đức Thọ nghe ông báo cáo rồi ngồi lặng đi hồi lâu. Bằng chất giọng rời rạc khẽ khàng, ông Thọ như đang chắp nối lại ký ức đã quá vãng. Ông Lợi biết động thái hơi hiếm hoi của thủ trưởng khi chia xẻ với người thư ký... Rằng chính Bác Hồ thời điểm đó đã thẳng thắn với các đồng chí cố vấn rằng người ta nói không nên đánh phụ nữ dù bằng một cành hoa huống hồ phát súng đầu tiên của cuộc CCRĐ lại nhằm vào một phụ nữ mà người ấy lại rất có công với cách mạng (nghe đến đây tôi chợt nhớ ngay cái câu nhất đội nhì giời. Nhưng có lẽ thời điểm ấy có thứ còn trên cả đội, trên cả cán bộ cải cách nữa?)

Ông Lê Đức Thọ lại thở dài với người thơ ký của mình rằng thời điểm CCRĐ đang hồi cao trào ngoài đó, ông đang ở miền Tây Nam Bộ. Một hôm ông được nối điện thoại với ngoài Bắc. Phải có việc chi hệ trọng lắm thì mới có sự liên lạc đặc biệt này? Đầu dây bên kia là ông Hồ Viết Thắng, một yếu nhân của CCRĐ. Hóa ra ông Thắng chỉ hỏi ông một câu. Mà câu ấy chả ăn nhập gì với hoàn cảnh hoạt động bí mật gian khó hiểm nguy ở căn cứ địa miền Nam khi ấy khiến ông Thọ rất bực. Câu ấy là: "Bà Nguyễn Thị Năm Cát Hanh Long có cho đồng chí cái gì khi đồng chí ở nhà bà ấy không?"

Qua câu ấy cùng khẩu khí của người hỏi, ông cũng mường tượng ra phần nào không khí và tình thế của một phong trào như CCRĐ! Nhưng không ngờ đến những hậu họa? Có phải vì thế mà ông Lợi có lúc thoáng nghĩ, ông Lê Đức Thọ, một trong những yếu nhân của cách mạng miền Nam đã không tiến hành CCRĐ đối với nông thôn miền Nam?

(Nghe chuyện ông Lợi, tôi chợt nhớ đến một văn bản. Đó là lời chứng của Đại tướng Võ Nguyên Giáp ngày 10-11-2001: "Bà Nguyễn Thị Năm tức Cát Hanh Long là một địa chủ có tinh thần yêu nước, trong kháng chiến đã từng giúp đỡ bộ đội. Bản thân tôi và Đại tướng Nguyễn Chí Thanh có lúc đã ở lại nhà bà. Trong những buổi họp sửa sai, chính Bác Hồ, đồng chí Trường Chinh và đồng chí Lê Văn Lương đều cho rằng xử trí bà Nguyễn Thị Năm là một sai lầm".

Lu bu với công việc hết trong Nam rồi ngoài Bắc, quên thì không hẳn nhưng chưa có lúc nào rảnh để đụng đến việc oan sai này. Ông Lợi nhớ lời thủ trưởng mình đã phàn nàn như thế...

Ông Lê Đức Thọ viết một lá thư dán kín rồi đưa ông Lợi chuyển cho đồng chí Trường Chinh. Một lúc sau, thấy người thư ký của mình đưa lại thư với lý do là thư ký đồng chí Trường Chinh khi biết được nội dung thư đã từ chối việc đưa thẳng cho thủ trưởng của mình!

Ông Lê Đức Thọ cười... Rồi sau đó là động thái hơi bị hiếm, ông Thọ đi bộ sang chỗ đồng chí Trường Chinh...

Khoảng 30 phút sau, ông trở lại cười với người thư ký xong rồi...

Một ngày áp Tết Đinh Mão năm 1987, ông Lợi tháp tùng thủ trưởng của mình đến 117 Hàng Bạc. Giữa những người thân của gia đình bà Cát Hanh Long, ông Lê Đức Thọ tặng quà Tết và tập thơ mới xuất bản của mình với lời đề tặng như bản photo trên đây...

Trong tay tôi là một văn bản của Ban tổ chức TW do Phó trưởng Ban Lê Huy Bảo ký thay Trưởng Ban Tổ chức. Văn bản số 213/TCTW. Hà Nội ngày 4-4-1987

Kính gửi Thường vụ Tỉnh ủy Bắc Thái. Trước đây bà Nguyễn Thị Năm tức Cát Hanh Long bị quy thành phần "Tư sản địa chủ cường hào gian ác" bị xử tử ở Thái Nguyên. Nay con bà Năm là 2 ông Nguyễn Hanh và Nguyễn Công ở số nhà 117 Hàng Bạc hà Nội gửi thư lên các đồng chí Trường Chinh Lê Đức Thọ đề nghị sửa lại thành phần giai cấp và thực hiện đúng chính sách của Đảng Nhà nước đối với gia đình bà Nguyễn Thị Năm.

Sau khi xem xét thư khiếu nại và các tài liệu xác nhận đồng chí Trường Chinh và Lê Đức Thọ thấy việc sửa lại quy định thành phần giai cấp cho bà Nguyễn Thị Năm là "tư sản, địa chủ kháng chiến" là đúng với thực tế đúng với chính sách của Đảng và Nhà nước.

Ban Tổ chức TW Đảng đề nghị Thường vụ Tỉnh ủy và các đồng chí có trách nhiệm thực hiện ý kiến trên của đồng chí Trường Chinh và Lê Đức Thọ.

Rất nhanh, UBND tỉnh Bắc Thái ngày 11-6-1987 có một Quyết định mang số 123/UBQĐ do ông Chủ tịch Đặng Quốc Tiến ký. QĐ ghi rõ Bà Nguyễn Thị Năm tức Cát Hanh Long trước bị quy thành phần "Tư sản, địa chủ cường hào, gian ác" nay sửa lại Thành phần giai cấp cho bà Nguyễn thị Năm là "Tư sản, địa chủ kháng chiến"

Việc sửa lại thành phần giai cấp có giá trị từ ngày có quyết định này.

Như vậy việc sửa lại thành phần giai cấp và thực hiện đúng chính sách của Đảng Nhà nước đối với gia đình bà Nguyễn Thị Năm theo chỉ đạo của ông Trường Chinh và Lê Đức Thọ cùng Ban Tổ chức TW mới được thực hiện một nửa!

Còn việc thực hiện đúng chính sách của đảng và Nhà nước đối với gia đình bà Nguyễn Thị năm, 26 năm đã qua vẫn còn để đó?

Dấu chấm hết vô tình thành dấu chấm... lửng?

KỲ 2. Tan tác một mái ấm

Cánh cửa căn hộ ở đường Láng mở ra...

Trước khi đến đây, trĩu trong tay là một tập giấy tờ. Tờ đầu tiên có những dòng:

Hà Nội ngày 27-4-1998. Kính gửi ông Chủ tịch Quốc hội. Chúng tôi là con trai, con dâu của bà Nguyễn Thị Năm tức Cát Hanh Long tên là Nguyễn Hanh và Nguyễn Cát tức Hoàng Công. (Ông Hoàng Công đã mất do tai nạn năm 1989) và vợ ông Công là Đỗ Ngọc Diệp xin gửi đến ông Chủ tịch QH một việc khẩn. Trong nhiều năm qua gia đình chúng tôi đã có nhiều đơn thư gửi đến các cơ quan có trách nhiệm các cấp chính quyền từ xã trở lên đến Trung ương cùng Tổng Bí thư xin xem xét việc khen thưởng cho mẹ chúng tôi theo Nghị quyết 28 CP ngày 29-4-1995 (Nghị quyết về) Nhưng cho đến nay chưa được cấp nào trả lời...

Ông Lưu Văn Lợi

Và bây giờ là 8-2013, ngoài lá đơn gửi ông chủ tịch QH là Nông Đức Mạnh năm 1998 ấy còn hơn 20 lá đơn khác gửi cùng nội dung đến các đời Thủ tướng, TBT, Chủ tịch QH từ năm 1995 đến nay vẫn chưa được cấp nào trả lời!

Tiếp tôi là chủ nhà, ông Nguyễn Hanh năm nay tròn 90 và vợ Phạm thị Cúc 86 tuổi. Bà Cúc ngó còn minh mẫn. Ông Hanh đi lại đã phải có người dìu. Sự tháo vát hiếu thảo của 3 người con của ông bà đã vượt thoát cho cả nhà bà cùng bố mẹ ra khỏi căn hộ chật chội tù túng ẩm ướt kế ngay nhà vệ sinh công cộng ở 117 Hàng Bạc.

Tôi xin phép được lên gác thắp hương cho cụ Nguyễn Thị Năm.

Nghiêm ngắn trên bàn thờ là bức chân dung hiếm hoi của cụ bà Nguyễn Thị Năm còn sót lại. Khăn vấn. Tóc đen nhưng nhức chải ngôi giữa. Nét mày và miệng thanh tú. Ảnh cụ bà chụp khi hơn 40 tuổi. Tướng những người phụ nữ có cung mệnh ích phu vượng tử. Cụ ông không may bạo bệnh mất sớm trước năm 1945. Một mình cụ bà những đảm lược thông minh tháo vát chèo chống đưa con thuyền cát Hanh Long qua bão tố thác gềnh. Qua bao tao loạn đổi thay của thời cuộc, trân trang thờ kia bà vẫn mãi mãi trẻ trung vẫn mãi mãi tỏa cái ánh nhìn sắc sảo bao dung xuống hậu thế!

Bên phải là tấm hình cụ ông ngó trẻ trung. Ban nãy đến nhà tôi mới rõ hết cái thương hiệu Cát Hanh Long nổi tiếng ở Bắc Kỳ. Cát, tên người con trai thứ hai, thời gian hoạt động bí mật có tên là Hoàng Công, từng là Trung đoàn trưởng thuộc Sư 308. Hanh, người con trai cả. Long là tên cụ ông quê gốc ở làng Đại Kim Thanh Trì Hà Nội.

Tuổi tác tật bệnh, có thể một lúc nào đó hơi lẫn như cụ bà phàn nàn nhưng khi nhắc đến những ngày tháng Tám năm 1945 là trí nhớ cụ ông thoắt như được ánh sáng diệu kỳ nào đó của quá khứ rọi soi? Cụ cứ vanh vách từng chi tiết buổi sáng ngày 25 tháng Tám năm 1945 đoàn xe của ông Trần Huy Liệu thay mặt cho Chính phủ lâm thời cùng đoàn xe của ông

Nguyễn Lương Bằng đại diện cho Mặt trận Việt Minh cùng xuất phát từ Hà Nội có sứ mệnh vào Huế tiếp nhận sự đầu hàng của Bảo Đại. Chả là chàng trai Nguyễn Hanh khi đó mới 22 tuổi, được chọn trong đội hình Thanh niên thành Hoàng Diệu có vinh dự được tháp tùng Đoàn.

Ngày 30-8 Đoàn mới vào đến Huế. Đành một nhẽ đường xá thời đó xấu nhưng làm chi mất đến 5 ngày mới vô được Huế? Hóa ra cả phái đoàn phải liên tục dừng lại dọc đường ngày cũng như đêm để gặp gỡ nói chuyện với đồng bào chặn đón ủy lạo đoàn ở các địa phương dọc đường. Người ta khênh cả kiệu bát cống kiệu long đình bày hương án giăng cờ đại, cờ đuôi nheo chỉ dùng trong các dịp lễ trọng để chào mừng đại diện của Việt Minh.

Trong suốt cuộc gặp, tôi để ý có 2 việc mà cụ Hanh thường nhắc đi nhắc lại? Đó là chi tiết khi đưa tay đỡ cái ấn Hoàng đế chi bảo bằng vàng đúc do ông Trần Huy liệu đưa cho, anh tự vệ thành Hoàng Diệu Nguyễn Hanh cứ tưởng nó nhẹ nên đón lấy bằng động thái nhẹ nhàng làm suýt rơi ấn. Một vật nữa tượng trưng cho quyền lực Nam Triều là chiếc kiếm. Cũng tưởng nó nặng hóa ra nhẹ hều, bao kiếm đã rỗ rỉ nhiều chỗ!

Chi tiết thứ hai là cái túi đựng kim cương của mẹ mình, bà Nguyễn Thị Năm.

Cái túi ấy trước khi đám tự vệ cùng đội cải cách súng ống hùng hổ xông vào nhà điệu bà đi với tội danh tư sản địa chủ cường hào gian

130

ác, bà Năm dường như đã tiên liệu được điều gì? Bà nhanh tay quẳng cho cô con dâu cái túi đựng những kim cương hột xoàn gì đó mà con dâu không rành, chỉ biết nó khá nặng, trĩu cả tay!

Sau gần 3 tháng, ngày cũng như đêm liên miên đấu tố bà Năm luôn bị cách lý với gia đình nên không kịp biết chỉ mấy ngày sau khi bà bị bắt, trong một đợt khám xét săm soi hang cùng ngỏ hẻm khắp nhà cửa sân vườn, đội cải cách đã phát hiện ra cái túi kim cương ấy và ra lệnh tịch thu! Tịch thu nhưng không hề có biên bản, giấy biên nhận mà là thu trắng tài sản của bọn tư sản địa chủ cường hào gian ác. Cô con dâu điếng người. Bà con dâu khi ấy còn trẻ nhưng cũng đủ biết những vật trong cái túi gấm kia còn giá trị hơn cả vàng! Nhưng hình như cái thời ấy, cái đau mất người cùng những tan đàn xẻ nghé nó đau nó khủng khiếp hơn cái mất mát tài sản?

Thời điểm ấy, Nguyễn Hanh đang ở Nam Ninh Trung Quốc. Liên miên những tháng ngày hăng say tiếp thụ kiến thức rèn cán chỉnh quân để sau này về truyền thụ lại cho đơn vị bộ đội của mình.

Tin tức về một cuộc cải cách trời long đất lở cũng sang được bên đó nhưng tuyền một thông tin: Dân phấn khởi đang vùng lên đánh đổ địa chủ ác bá người cày có ruộng. Nguyễn Hanh không một chút mơ hồ nghi ngại... Một ngày tháng 6 năm 1953, Nguyễn Hanh được chỉ thị về nước có lệnh gấp.

Khi cánh cổng trại cải tạo Tuyên Quang dang rộng và anh bị điệu cổ vào, Nguyễn Hanh mới biết mình đang lâm nạn mà thái độ thù địch của những người dẫn anh đi khi qua biên giới đã báo trước cho Nguyễn Hanh những sự dữ. Những ánh mắt như tóe lửa khi hướng về phía anh. Cả những lời phũ phàng bật ra ở địa điểm đón đầu tiên "con cái bọn bóc lột cường hào ác bá..."

Cái điều Nguyễn Hanh không ngờ không biết khi đó mẹ mình đã bị bắn. Cho mãi sau này, trong một đợt tiếp tế thăm nuôi, vợ anh mới hé cho tin ấy.

Cho mãi mùa đông năm 1956, trong căn lều tuềnh toàng giành cho con cái cường hào ác bá ở Đồng Bẩm, cách cái nền khu biệt thự từng bị đập vụn thời điểm tiêu thổ kháng chiến không xa. Và ngoài kia là ràn ràn tứ bề gió lạnh, Nguyễn Hanh thân hình còm nhom tật bệnh, qua câu chuyện ngập trong nước mắt của vợ, ông dần dà tường hết mọi việc xảy ra trong những ngày khốn khổ ấy. Chi tiết cái túi vợ ông có kể nhưng Nguyễn Hanh đã quên bẵng ngay sau đó.

Tinh mơ hôm sau, ông lựa lúc vắng người, theo hướng chỉ của vợ ông ra gục khóc trên mộ mẹ lúc này cỏ dại đã mọc dày nhưng không dám xới xáo gì.

Những năm cuối 50, khi những cuồng phong của những đợt CCRĐ đã bớt thôi gào thét, cả nhà ông, con trai con dâu và cháu nội của bà Cát Hanh Long mang cái án con cháu của kẻ tư sản cường hào gian ác bị cách mạng xử tử tìm đường về Hà Nội.

Nói về cũng chẳng phải... hay đi tiếp? Hà Nội hay Hải Phòng? Quê đâu? Nhà cửa đâu? May mà sau những ngày ra trại gặp đợt sửa sai, ông Hanh được bạn bè người quen giúp cho xin được một chân trong văn phòng Ty kiến trúc Thái Nguyên. Khi dạt về Hà Nội lại cũng được người quen xin vào làm ở một xí nghiệp dược phẩm. Bà vợ cũng may cũng xin được một chỗ làm dạy ở một trường tiểu học.

Cái đoạn khốn khó nhất là phải tìm lấy một chỗ ở. Trong lúc hoạn nạn, nhiều bạn bè đã giang tay ra. Nhưng ở nhờ mãi sao tiện? Mất hơn 3 năm lúc ở nhờ lúc thuê cả nhà ông Hanh mới dạt vào một góc ở 117 Hàng Bạc.

Bên tôi là chị Phương con gái cả ông Hanh. Bà mẹ chị Phương dõi ánh mắt xót xa về phía con gái khi chị kể cái đoạn đói không sợ nhưng ngại nhất là những ánh mắt lúc khinh khi lúc soi mói của hàng xóm của bạn bè ngay trong lớp đôi lúc xì xào con nhà địa chủ ác bá...

Học phổ thông lên đến đại học Bách khoa cũng dần bớt đi sự tò mò thiếu thiện cảm. Tuổi trẻ mà. Nhưng khi tốt nghiệp, Phương mới thấy giật mình. Điều lo sợ mơ hồ của cô đã thành sự thực khi cô được phân về Tổng cục Thống kê. Ông cán bộ tổ chức ân cần trả lại hồ sơ cho cô và nói thẳng là "ngại cái lý lịch cháu".

Chờ đợi mãi, cô xin về Bộ vật tư theo lời giới thiệu của người quen. Đợi mãi không thấy gọi. Cô đánh liều đến thì thông tin mà cô nhận được cũng na ná như bên Thống kê.

Người quen của gia đình Phương lại thân với ông Bộ trưởng.

Thời điểm ấy, chưa có sự kiện cải thành phần tử gian ác cường hào xuống địa chủ kháng chiến. Nhưng ông Bộ trưởng hình như có kênh để liên lạc với một trong những yếu nhân từng qua lại gia đình bà Cát Hanh Long thời đen tối. Rồi cuối cùng, Phương cũng được nhận vào làm ở Bộ vật tư.

Chuyện của Nguyễn Tấn, em trai cô Phương cũng gian nan. Anh Tấn thi vào Đại học Quân sự nhưng không được gọi. Năm 1968 anh Tấn xung phong đi bộ đội. Rồi thỏa mãn cái chí học của mình bằng con đường tại chức Bách khoa. Tích cực phấn đấu mãi cũng không được kết nạp Đảng vì thành phần gia đình. Và phấn đấu mãi cũng không trở thành sĩ quan chuyên nghiệp. Nguyễn Tấn xin về hưu ở tuổi 50.

Một cụ già với những bước lẫm chẫm, thường phải có người dìu, trong câu chuyện nhiều lúc ông Nguyễn Hanh phải vỗ vỗ lên đầu chừng như để nhớ ra một điều gì đó mà với thời gian với những tao loạn cùng tật bệnh có khoảng khắc nào đó chìm khuất? Thuở mạnh bạo trẻ trung rồi trung niên, người ấy đã quên bẵng đi chuyện cái túi. Cái túi chứa những ngọc ngà châu báu. Cái túi của nhiều gia tài. Thế mà buổi xế chiều hoàng hôn, cái túi thốt trở nên rành rẽ trở nên băn khoăn lẫn đau đáu?

134

Chi tiết thứ hai mà ông Hanh thi thoảng nhắc đến chỉ sợ khách quên. Ấy là khi ông Hanh, nói mà như nhắc rằng không biết cái túi của cụ nhà tôi mà đội cải cách tịch thu ngày ấy có mang sung vào công quỹ hay là mang đi làm của riêng?

KỲ III.
Tìm mộ bà Nguyễn Thị Năm

ẢNH: Ông bà Nguyễn Hanh

Còn Nguyễn Cát, người con trai thứ, thời điểm bà Năm bị thụ hình, đang ở đâu?

Cũng như ông anh, ông Cát khi đó đang được học tập chỉnh huấn chỉnh cán bên Trung Quốc có điều không cùng nơi. Cũng phải, ông em hình như có chí tiến hơn người anh. Năm 1953 ấy đã là Trung đoàn trưởng của sư 308.

Hoàng Công là tên hồi Nguyễn Cát hoạt động bí mật.

Trong tay tôi có nhiều bản chứng của nhiều cán bộ cao cấp. Trong đó có ông Đào An Thái, nguyên Cục trưởng Cục Lưu trữ. Ông Hoàng Thế Thiện, nguyên Bí thư Đảng ủy chuyên gia giúp bạn K trực thuộc Trung ương. Ông Nhi Quý nguyên Bí thư Tỉnh ủy Thái Nguyên.

Xin biên ra ra một đoạn.

Anh Nguyễn Cát (tức Công) đã được chúng tôi tổ chức vào một trong những nhóm Thanh niên cứu quốc hoạt động bí mật ở thị xã Thái Nguyên trước Tổng khởi nghĩa.

Tháng 5 năm 145 anh Cát đưa lên chiến khu 20 ngàn bạc Đông Dương (thời giá khi đó tương đương 700 lạng vàng) tiền của gia đình anh ủng hộ đoàn thể. Tôi đã nhận tiền và giao lại cho Ban cán sự Võ Nhai.

Anh Cát thường xuyên cung cấp cho chiến khu thuốc chữa bệnh máy đánh chữ, giấy mực, và nhiều thứ khác khi chiến khu yêu cầu. Anh cát tích cực thực hiện những chỉ thị của Ban cán sự. Sau CM anh Cát được giao công tác ở Ty Tuyên truyền tỉnh. Sau đó được rèn luyện thử thách trong bộ đội. Tham gia nhiều trận đánh và đã bị thương. Qua nhiều gian khó thử thách vẫn trung thành tận tụy với cách mạng.

Cũng như ông anh, từ Trung Quốc, Trung đoàn trưởng Nguyễn Cát bị dẫn ngay về nước và vào thẳng trại một trại cải tạo Thái Nguyên.

Mãi cuối năm 1956, ông mới được tha. Sau sửa sai, ông được chuyển ngành sang Ty Thương nghiệp rồi sau đó gia đình ông về Hà Nội.

Trong thời gian Nguyễn Cát bị giam, vợ ông Cát, bà Đỗ Ngọc Diệp vốn là cán bộ bí mật hoạt động từ năm 1944 khi ấy may mà đang hoạt động trong vòng địch hậu Bắc Ninh nên vô tình bà thoát không bị bắt và đấu tố. Nhưng không thoát được sự động viên của tổ chức rằng cô còn trẻ đang có tương lai nên cắt đứt với con cái địa chủ cường hào ác bá.

Cán bộ địch hậu Đỗ Ngọc Diệp không chịu. Lần hồi cũng đến thời điểm sửa sai. Hai vợ chồng lại đoàn tụ. Họ đã cưới nhau năm 1952 nhưng mãi tới năm 1958 mới sinh con gái đầu lòng. mẹ Ngọc Diệp con là Kim Chi. Cành vàng lá ngọc.

Năm 1989, ông Nguyễn Cát đương khỏe mạnh ở tuổi 64 đi xe máy, bất đồ bị một thằng vô lại quành xe trước mũi xe ông Cát. Ông bị ngã đập đầu xuống và qua đời luôn tại bệnh viện.

Trước đó, ông Cát cùng vợ, gia đình ông anh đã lao tâm khổ tứ trong việc tìm mộ bà Năm.

Thời gian cùng thiên nhiên nhiệt đới như cũng hợp sức với sự vô tình vô tâm của con người trong việc làm nên sự quên lãng? Những bấn bíu nhọc nhằn trong sinh kế cùng bao thứ vụn vặt lo toan nhoáng cái đã nhiều năm qua đi. Cả nhà ông Hanh ông Cát lần ấy lên Đồng Bẩm thăm mộ mẹ đã hoảng hốt nhận ra khu vực ngày trước nơi chôn cất bà Nam địa hình địa vật đã thay đổi không còn nhận ra. Cây cối mọc đầy um tùm...

Không bó tay, ông Cát cùng người nhà ra sức cày nát đám đất hoang nhưng vẫn không thấy dấu hiệu gì.

Không nản, lần khác họ lại lên Đồng Bẩm. Tha thẩn dọc khu vực rìa sân bay Đồng Bẩm (trước CM Pháp cho xây dựng một sân bay dã chiến bị bỏ hoang nhiều năm) nơi được xác định chôn cất bà Năm. Lần này lòng tin của đám người tìm mộ dường như được củng cố thêm vì có một ông tự vệ hồi 1953 đã tham gia chôn cất bà Năm trong đêm. Nhưng lại nhiều lần đào xới mà vẫn không có kết quả.

Gần đó có một đơn vị bộ đội đóng quân. Thấy người nhà ông Hanh xuất hiện ở đây mấy lần, một chú bộ đội chuyện nhỏ với các bà các cô rằng, nếu đi tìm mộ thì chắc cũng quanh đây thôi. Ngày trước đơn vị của chú đã dựng ở khu vực này một căn nhà ở. Nhưng kỳ lạ là tiểu đội nào đến ở một thời gian cũng tìm cách thoái thác. Họ viện cớ khó ngủ cứ sờ sợ thế nào? Có người còn quả quyết đương đêm giường cứ như bị dựng dậy?!

Rồi căn nhà dựng tranh tre nứa lá ấy cũng được tháo ra, dựng ở một nơi khác! Sự lạ ấy đã không xảy ra nữa.

Nghe vậy thì biết vậy, trên nền nhà cũ nhìn vầng khói hương vút thẳng, ông Hanh thầm khấn nếu mẹ có linh thiêng xin chỉ chỗ cho chúng con. Nhược bằng chúng con xin lấy một nắm đất ở khu Đồng Bẩm này đem về quê bố dựng tạm một ngôi mộ vậy...

Chiều người anh. Nhưng vợ chồng ông Cát vẫn quyết tìm mộ mẹ. Ông bà đã đến tìm gặp một số nhà ngoại cảm.

Một điều ngạc nhiên đã xảy ra. Khi ông bà dứt khoát khẳng định với một số nhà ngoại cảm được coi là nổi tiếng khi ấy rằng đặc điểm dễ nhận ra là bà Năm có đeo một chiếc vòng cẩm thạch và một cái răng bịt vàng thì họ đều từ chối là không thể tìm được?!

Chắc họ ngại nhỡ đào lên mà không tìm thấy hai thứ ấy thì...

Nghiên cứu sơ đồ của một nhà ngoại cảm L. vẽ, ông Cát thấy rất đúng cứ như nhà ngoại cảm ấy đang đứng ở chính ở khu vực này mà họa lại. Nhưng tìm vẫn không thấy?

Rồi đột ngột tai nạn thương tâm với ông Cát diễn ra.

Một thời gian sau nguôi ngoai, bà Diệp lại cùng gia đình người anh chồng tiếp tục việc tìm mộ.

Lần này nhà ngoại cảm ở một thành phố phía Nam có một sơ đồ trùng khít với nhà ngoại cảm L. dạo nọ. Còn nói thêm nên tiếp tục cộng tác với ông L.

Thêm một chi tiết nữa, trong khu vực ấy nên để ý đến một loại cây lá nhỏ nhất...

Mùa đông năm 1990, bà Diệp các con và gia đình ông Hanh lại lên Đồng Bẩm theo hướng dẫn bằng điện thoại của nhà ngoại cảm.

Quan sát thật kỹ, tốp người tìm mộ thấy thứ cây lá nhỏ cả khu vực này chỉ có một cây phượng?

Lại nữa, vị trí cây phượng lại rất gần cái nhà ở của đơn vị bộ đội đã tháo dỡ.

Đêm xuống, những lát cuốc xẻng lại cần mẫn hối hả trong ánh sáng điện câu nhờ được dong từ xa...

Thời gian đã âm thầm bồi lắng lên lớp đất cũ nhiều lớp đất màu. Hết lớp đất mượn ấy, bất đồ một cậu giúp việc đang đào chân bỗng như hút xuống. Câu kêu lên thảng thốt Cụ ơi cụ đừng rút chân cháu...

Một cảnh tượng cảm động lộ dần trong âm thanh thút thít nức nở của con cháu bà Năm....

Từng ấy năm rồi còn gì. Không còn ván chỉ còn lại mấy cái đinh đóng quan tài.

Xương cốt hao đi nhiều quá. May mà chiếc hoa cái (đầu) vẫn còn. Và chiếc vòng ngọc thạch vẫn còn kia. Sau gần nửa thế kỷ chôn vùi vẫn ánh lên lấp lánh.

Bà Cúc vợ ông Hanh cho hay sở dĩ chiếc vòng ấy còn vì bà Năm đeo từ hồi trẻ nó thít chặt vào cườm tay. Khi đấu tố có người đã cố rút ra nhưng không được!

Cả chiếc răng bịt vàng.

140

Và ngạc nhiên có cả hai đầu đạn!

Sau thủ tục lễ tạ và cảm ơn chính quyền địa phương cùng mấy nhà quanh đó, chiếc xe chở bà Cát Hanh Long quay về Hà Nội khi trời chưa sáng tỏ.

Cụ bà được nằm bên cạnh mộ cụ ông ở quê chồng là làng Đại Kim Thanh Trì. Sau hơn nửa thế kỷ, hai người mới được gần nhau sau bao nhiêu tao loạn.

Tôi theo người cháu gái bà Năm tiếp thêm tuần hương. Ngước lên làn khói hương trên bàn thờ Người Mẹ chiến sĩ Vệ Quốc Đoàn Ân nhân của Cách mạng, ánh mắt bà Năm vẫn ánh lên cái nhìn ấm áp bao dung...

Không biết anh linh của bà phù hộ hay chỉ thị của ông Trường Chinh Lê Đức Thọ linh mà sau 6 năm, năm 1998 ông Nguyễn Hanh và ông Nguyễn Cát hai con trai của bà Năm đã được công nhận là cán bộ hoạt đông lâu năm, cán bộ tiền khởi nghĩa. Còn người con dâu Đỗ Thị Diệp, sớm hơn năm 1980 đã được xác nhận danh hiệu cán bộ hoạt động lâu năm.

Riêng Cụ Nguyễn Thị Năm - Cát Hanh Long thì vẫn... đợi?

Trên cao xanh kia, cụ bà đã mỉm cười nơi chín suối được chưa khi mới có động thái duy nhất của chính thể là hạ thành phần cho cụ từ tư sản địa chủ cường hào gian ác xuống tư sản địa chủ kháng chiến!

Chính vì thế hằng bao năm nay, ông Nguyễn Hanh cùng bà Diệp vẫn đứng đơn đề nghị các cá nhân và cơ quan có trách nhiệm thực hiện cho trọn vẹn Nghị định số 28/CP của Chính phủ ban hành ngày 29-4-1995. Đó là một nghị định nhân văn như tên gọi của nó

Quy định chi tiết và hướng dẫn thi hành một số Điều của Pháp lệnh ưu đãi người hoạt động cách mạng, liệt sĩ và gia đình liệt sĩ, thương binh, bệnh binh, người hoạt động kháng chiến, người có công giúp đỡ cách mạng

Mà vận dụng cụ thể vào trường hợp cụ Cát Hanh Long Nguyễn Thị Năm theo đề nghị của gia đình ông Hanh nhiều năm nay là nên xét thưởng Huân chương kháng chiến chống Pháp và truy tặng danh hiệu Liệt sĩ!

Người con trai còn lại duy nhất của bà Nguyễn Thị Năm Cát Hanh Long năm nay tròn 90 có lẽ vẫn tiếp tục đợi?

Sắp Tiết Thanh minh năm Ngọ
XUÂN BA

CHUYẾN XE

Đây là một Câu Chuyện Thật đã xảy ra ở Trung Quốc vào năm 2008, và đã được đưa lên BBC & CNN... (Hoàng Hưng dịch)

Một chiếc xe bus chở đầy khách đang chạy trên đường đồi.

Giữa đường, ba thằng du côn có vũ khí để mắt tới cô lái xe xinh đẹp. Chúng bắt cô dừng xe và muốn "vui vẻ" với cô.

Tất nhiên là cô lái xe kêu cứu, nhưng tất cả hành khách trên xe chỉ đáp lại bằng sự im lặng.

Lúc ấy một người đàn ông trung niên nom yếu ớt tiến lên yêu cầu ba tên du côn dừng tay; nhưng ông đã bị chúng đánh đập. Ông rất giận dữ và lớn tiếng kêu gọi các hành khách khác ngăn hành động man rợ kia lại nhưng chẳng ai hưởng ứng. Và cô lái xe bị ba tên côn đồ lôi vào bụi rậm bên đường.

Một giờ sau, ba tên du côn và cô lái xe tơi tả trở về xe và cô sẵn sàng cầm lái tiếp tục lên đường...

"Này ông kia, ông xuống xe đi!" cô lái xe la lên với người đàn ông vừa tìm cách giúp mình.

Người đàn ông sững sờ, nói:

"Cô làm sao thế? Tôi mới vừa tìm cách cứu cô, tôi làm thế là sai à?"

"Cứu tôi ư? Ông đã làm gì để cứu tôi chứ?"

Cô lái xe vặn lại, và vài hành khách bình thản cười.

Người đàn ông thật sự tức giận. Dù ông đã không có khả năng cứu cô, nhưng ông không nên bị đối xử như thế chứ. Ông từ chối xuống xe, và nói: "Tôi đã trả tiền đi xe nên tôi có quyền ở lại xe."

Cô lái xe nhăn mặt nói: "Nếu ông không xuống, xe sẽ không chạy."

Điều bất ngờ là hành khách, vốn lờ lảng hành động man rợ mới đây của bọn du côn, bỗng nhao nhao đồng lòng yêu cầu người đàn ông xuống xe, họ nói:

"Ông ra khỏi xe đi, chúng tôi có nhiều công chuyện đang chờ và không thể trì hoãn thêm chút nào nữa!"

Một vài hành khách khỏe hơn tìm cách lôi người đàn ông xuống xe.

Ba tên du côn mỉm cười với nhau một cách ranh mãnh và bình luận: "Chắc tụi mình đã phục vụ cô nàng ra trò đấy nhỉ!"

Sau nhiều lời qua tiếng lại, hành lý của người đàn ông bị ném qua cửa sổ và ông bị đẩy ra khỏi xe.

Chiếc xe bus lại khởi tiếp hành trình. Cô lái xe vuốt lại tóc tai và vặn radio lên hết cỡ.

Xe lên đến đỉnh đồi và ngoặt một cái chuẩn bị xuống đồi. Phía tay phải xe là một vực thẳm sâu hun hút.

Tốc độ của xe bus tăng dần. Gương mặt cô lái xe bình thản, hai bàn tay giữ chặt vô lăng. Nước mắt trào ra trong hai mắt cô.

Một tên du côn nhận thấy có gì không ổn, hắn nói với cô lái xe:

"Chạy chậm thôi, cô định làm gì thế hả?"

Cô lái xe không nói gì, nhưng chiếc xe buýt chạy càng lúc càng nhanh.

Tên du côn định tìm cách giằng lấy vô lăng, nhưng chiếc xe bus đã lao ra ngoài vực như mũi tên bật khỏi cây cung.

Hôm sau, báo địa phương loan tin một tai nạn bi thảm xảy ra ở vùng "Phục Hổ Sơn".

Một chiếc xe cỡ trung rơi xuống vực, tài xế và 13 hành khách đều thiệt mạng.

Người đàn ông đã bị đuổi xuống xe đọc tờ báo và khóc. Không ai biết ông khóc cái gì và vì sao mà khóc!

Bạn có biết vì sao ông ta khóc?

Nếu bạn có trên xe bus, bạn có đứng lên như người đàn ông kia?

Chúng ta cần những người như ông để tạo nên và duy trì một xã hội bình thường!

Khi ta đối xử với người khác bằng cả tấm lòng, ta sẽ nhận được hơi ấm và tình yêu từ mọi người!

Đây là một câu chuyện rất bi thảm. Bạn sẽ làm gì nếu như bạn là người lái xe?

HOÀNG HƯNG
(Dịch từ profiles.google.com)

Gỡ bỏ
CỜ VÀNG

Chiều ngày 14/7/2015 vừa qua, Đại sứ Mỹ Ted Osius đã đến San Jose gặp gỡ cộng đồng người Việt và có một sự việc khiến một người tham dự bất bình là cô Đỗ Minh Ngọc.

Theo lời cô Ngọc, khi đến dự buổi thảo luận với Đại sứ Osius, trước khi vào phòng họp của hội đồng thành phố, tại cửa cô đã bị một nhân viên yêu cầu cởi bỏ và tịch thu dây vải có hình cờ vàng ba sọc đỏ và cờ Mỹ mà cô đang đeo trên người.

Cô Đỗ Minh Ngọc, mặc áo dài, nói người phụ nữ cầm mi-crô đứng cạnh là người đã yêu cầu cô tháo dây đeo và tịch thu trước khi cho cô vào tham dự thảo luận

Trong buổi hội luận, khi có cơ hội nêu câu hỏi, cô Ngọc lấy trong xách tay ra một dây khác giống như dây đã bị tịch thu và hỏi rằng nhân viên của Nghị viên Ash Kalra – người điều hợp chương trình – khi yêu cầu cô cởi dây đó ra rồi mới cho vào cửa, như thế có vi phạm nhân quyền của cô hay không? Vì biểu tượng đó đã được nhiều đơn vị hành chánh tại Mỹ và ngay cả thành phố San Jose công nhận đó là biểu tượng của người Việt tự do tại đây.

Cô đưa ra thí dụ, là người công giáo nên cô luôn mang trên người những biểu tượng của đạo này. Vì lúc nào cũng nghĩ mình là người Việt tự do nên cô cũng thường mang trên mình biểu tượng là hình ảnh cờ vàng.

Cô trình bày thắc mắc của mình bằng tiếng Việt, Đại sứ Ted Osius hiểu rõ và cũng đã trả lời ngay bằng tiếng Việt rằng việc cô đeo trên mình biểu tượng và lá cờ đó không có vấn đề gì, ông tuyệt đối tôn trọng biểu tượng đó.

Sau đó ông giải thích bằng tiếng Anh cho mọi người tham dự hiểu rằng chính ông đã yêu cầu không treo lá cờ vàng ba sọc đỏ trong phòng họp, vì theo lời ông, nếu khi chụp hình ông với lá cờ đó ở phía sau hay phía trước của bục diễn thuyết thì ông sẽ bị cho về nước, vì ông là đại diện ngoại giao được ủy nhiệm đại diện cho Hoa Kỳ làm việc tại Việt Nam.

Nghe ông đại sứ giải thích như thế, có một người đã bỏ phòng họp ra về là bác sĩ Phạm Đức Vượng, thành viên trong ban chấp hành Tập thể Chiến sĩ Việt Nam Cộng hòa tại hải ngoại.

Sau khi cô Đỗ Minh Ngọc lên tiếng về vụ việc, cộng đồng người Mỹ gốc Việt ở San Jose có nhiều quan tâm.

Ông Đỗ Thành Công, một ứng viên đang tranh chức dân biểu tiểu bang, tuy không tham dự buổi gặp gỡ với Đại sứ Ted Osius, sau khi biết được sự kiện ông đã trả lời phóng viên

Nguyễn Xuân Nam của đài truyền hình Calitoday và chỉ trích cách giải thích như thế của Đại sứ Osius là điều chứng tỏ ông không xứng đáng làm đại diện cho Hoa Kỳ hay cho công dân Mỹ, trong đó có công dân gốc Việt, tại Hà Nội.

Ông Công nói, nếu hôm đó ông đi tham dự và vì trên áo lúc nào cũng đeo huy hiệu vận động tranh cử của ông, trên đó có cờ vàng, nếu bị yêu cầu gỡ ra, ông sẽ bỏ về ngay.

Tiến sĩ Đỗ Hùng, Chủ tịch của Little Saigon San Jose Foundation, trong một điện thư gửi cho Dân biểu Zoe Lofgren đã phản đối việc làm của đại sứ Mỹ và yêu cầu bà dân biểu lên tiếng với bộ ngoại giao Hoa Kỳ để làm sáng tỏ vụ việc.

Vấn đề đang được chú ý là ai là người đã yêu cầu cô Đỗ Minh Ngọc cởi bỏ dây đeo và việc làm của người này có vi phạm quyền tự do phát biểu của cô Đỗ Minh Ngọc hay không?

Trong một thư khiếu nại đề ngày 20/7 gửi đến Nghị viên Ash Kalra, là người điều hợp buổi thảo luận, cô Ngọc cho rằng nhân viên của Nghị viên Kalra đã làm cô "rất ngạc nhiên, đau đớn và cảm thấy bị xúc phạm khi phụ tá của ông yêu cầu tôi tháo ra và thậm chí tịch thu chiếc dây đeo cổ của tôi có ký hiệu của cờ Hoa Kỳ và Cờ Vàng."

Nghị viên đã Kalra trả lời ngay thư của cô Ngọc, cho biết ông không ra lệnh cho ai làm việc đó và không một nhân viên nào của ông đã yêu cầu cô cởi bỏ sợi dây đang đeo.

Thư trả lời của Nghị viên Kalra xác nhận một cách mạnh mẽ rằng ông tôn trọng biểu tượng cờ vàng và trong nhiều dịp ông đã tôn vinh biểu tượng này của cộng đồng người Việt. Ông xác quyết rằng không phải Thị trưởng Sam Liccardo hay bất cứ nhân viên nào của thành phố đã yêu cầu gỡ bỏ biểu tượng cờ vàng mà chính thành phố San Jose đã công nhận và thường treo trong khuôn viên tòa thị chính.

Sau khi đọc thư phúc đáp của Nghị viên Ash Kalra, cô Đỗ Minh Ngọc lại viết thêm một thư nữa. Cô nói vì khi Nghị viên Kalra viết như thế, những ai không tham dự buổi hội thảo có thể cho rằng cô là người nói dối về vụ việc.

Tác giả bài này khi bước vào cửa phòng họp hôm đó và có thấy cô Ngọc đang tháo sợi dây vải ra. Sau khi đọc được thư khiếu nại của cô gửi Nghị viên Kalra, đồng kính chuyển đến thị trưởng Sam Liccardo và toàn thể hội đồng thành phố San Jose, người viết bài đã điện thoại hỏi cô để biết rõ hơn vụ việc.

Trả lời phỏng vấn, cô nói những ai có mặt hôm đó thì thấy một phụ nữ đưa mi-crô cho cô nêu câu hỏi, người phụ nữ này chính là người đã yêu cầu cô tháo dây ra trước khi cho vào cửa. Cô kể thêm chi tiết: "Sau khi nêu thắc mắc và nghe ông đại sứ trả lời xong, cô ngồi xuống thì chính người phụ nữ đó đã đến nói nhỏ với cô là khi xong buổi thảo luận cô ấy sẽ trả lại sợi dây."

Cô Ngọc cho rằng việc yêu cầu cô tháo dây đeo và tịch thu nó là vi phạm nhân quyền và cô kể lại vài kinh nghiệm:

"Mười mấy năm trước Ngọc có đi dự phiên toà của bà Nguyễn Thị Ngọc Hạnh (Ghi chú: một phụ nữ Việt từ Pháp đến Hoa Kỳ với ý định tấn công Phó Thủ tướng Nguyễn Tấn Dũng cách đây hơn 10 năm và bị kết án tù tại Mỹ), khi bước vô toà án hay nhà tù thì những lá cờ vàng đều bị tịch thu hết. Nhưng những chiếc khăn choàng đan bằng len, một bên cờ Mỹ một bên cờ Việt [cờ vàng], mười mấy người đi qua hết, họ không chặn lại, không nói gì hết. Mới đây, hôm lên thủ phủ Sacramento cả trăm người đeo cái dây đó không có trở ngại gì mà ở đây người ta lại yêu cầu Ngọc cởi ra."

Chiều ngày 23/7, Tiến sĩ Edwin T. Tan từ văn phòng của Dân biểu Liên bang Mike Honda đã trả lời cô Đỗ Minh Ngọc rằng Nghị viên Ash Kalra không liên quan gì đến việc cô được yêu cầu tháo dây đeo trên người.

Sau khi xác nhận Đại sứ Ted Osius, Dân biểu Mike Honda và Nghị viên Ash Kalra luôn tôn trọng biểu tượng cờ vàng là biểu tượng của người Việt tự do, thư của Tiến sĩ Tan cho biết buổi gặp gỡ giữa cộng đồng với Đại sứ Ted Osius là một công tác do bộ ngoại giao Hoa Kỳ chịu trách nhiệm và văn phòng Dân biểu Mike Honda – người đứng ra tổ chức buổi gặp gỡ với đại sứ – đã "được bộ ngoại giao cho biết là ông đại sứ không thể chụp hình chung với bất cứ biểu tượng nào của Lá cờ của Người Việt Tự do.

Điều này không có nghĩa là đại sứ không tôn trọng nó, nhưng vì ông là một nhà ngoại giao."

Theo thư này, vì có nhiều người chụp ảnh trong buổi hội luận, việc ông đại sứ tình cờ chụp hình mà có cờ của người Việt tự do trong đó rất có thể làm hỏng quan hệ giữa ông với chính quyền Việt Nam.

Giải thích từ văn phòng Dân biểu Mike Honda cũng tương tự như những gì Đại sứ Ted Osius đã trả lời cô Đỗ Minh Ngọc trong buổi thảo luận.

Sau đó, ngày 24/7 Dân biểu Mike Honda và Dân biểu Zoe Lofgren cũng đã đồng ký tên vào một thư gửi cho Ngoại trưởng John Kerry yêu cầu bộ ngoại giao giải thích rõ vì sao người dân khi đến tham dự buổi hội thảo với Đại sứ Ted Osius hôm 14/7 không được mang biểu tượng cờ vàng.

Lá thư viết: "Chúng tôi hiểu rằng chính sách hiện nay của Hoa Kỳ là không công nhận cờ vàng và không cho phép treo cờ đó tại các cơ sở thuộc về liên bang, tuy nhiên buổi họp cộng đồng hôm 14/7 không diễn ra tại một cơ sở liên bang. Chúng tôi cũng được biết rằng tại những buổi gặp gỡ công cộng với cộng đồng người Việt trước đây ở Quận Cam và ở San Jose, cựu Đại sứ David Shear đã có hình chụp ông với hình ảnh của lá cờ vàng."

Hai dân biểu yêu cầu Ngoại trưởng Kerry giải thích rõ vì sao, theo những yêu cầu của viên chức bộ ngoại giao, cử tri của khu vực đã bị cấm đoán trưng bày hoặc mang trên người lá cờ vàng khi đến tham dự buổi gặp gỡ hôm 14/7 tại phòng họp của hội đồng thành phố San Jose.

Qua vụ việc xảy ra với cô Đỗ Minh Ngọc, nhiều người trong cộng đồng đã lên tiếng và các dân cử đã phải quan tâm. Cốt lõi của vấn đề là dù quan điểm của chính phủ Mỹ ra sao trong quan hệ với nhà nước Việt Nam – hay với bất cứ một chính quyền nào trên thế giới – sự việc một người dân đến tham dự buổi thảo luận công khai với một giới chức Mỹ mà đeo trên người biểu tượng của một cộng đồng và đã bị tịch thu, chỉ vì nó có thể không đem lại điều tốt đẹp cho quan hệ hai nước, như thế quyền tự do phát biểu của người dân, như ghi trong Tu chính án Số 1 có đã bị vi phạm hay không?

© 2015 BUI VAN PHU

[Bài đã đăng trên voatiengviet.com 26.07.2015, vietbao.com 28.07.2015, diendantheky.net 28.07.2015]

Các thời kỳ
BẮC THUỘC

BẮC THUỘC LẦN THỨ NHẤT

Bắt đầu từ khi Triệu Đà diệt An Dương Vương. Sử cũ thường xác định An Dương Vương và nước Âu Lạc bị diệt năm 207 TCN

Triệu Đà sau khi diệt Âu Lạc chia làm 2 quận Giao Chỉ và Cửu Chân.

Năm 111 TCN, nhà Hán diệt Triệu Đà, chiếm Nam Việt và chia làm chín quận là Nam Hải, Thương Ngô, Uất Lâm, Châu Nhai, Đạm Nhĩ, Hợp Phố, Giao Chỉ, Cửu Chân, Nhật Nam.

Năm 39, thái thú Giao Chỉ là Tô Định giết chồng của Trưng Trắc là Thi Sách. Nợ nước thù nhà, Hai Bà Trưng dấy binh khởi nghĩa và đã giành được 65 thành ở Lĩnh Nam. Hai Bà lên ngôi vua, kết thúc thời kỳ Bắc thuộc lần thứ nhất.

BẮC THUỘC LẦN THỨ HAI

Năm 43, nhà Hán sai Mã Viện đem quân sang tái chiếm. Hai Bà Trưng chống không nổi phải rút về giữ Cấm Khê rồi tự vẫn ở sông Hát. Dân địa phương lập đền thờ ở Hát Giang.

Sự cai trị của Đông Hán tại Giao Chỉ tương đối ổn định đến cuối thế kỷ 2. Nhà Hán suy yếu, năm 192 dân huyện Tượng Lâm thuộc quận Nhật Nam nổi dậy ly khai, lập ra nước Chăm-pa (Lâm Ấp).

Trong lúc nhà Hán suy yếu, thái thú Giao Chỉ là Sĩ Nhiếp tự trị, dù trên danh nghĩa, họ Sĩ vẫn chấp nhận các thứ sử do nhà Hán rồi Đông Ngô cử sang. Một dấu mốc quan trọng thời kỳ này là việc Giao Chỉ được đổi gọi là Giao châu, trở thành một châu ngang hàng như các châu khác của Trung Quốc theo đề nghị của Sĩ Nhiếp. Năm 226, Sĩ Nhiếp qua đời, nhà Đông Ngô đánh chiếm Giao Châu và chính thức cai trị.

Bắc thuộc lần 2 chấm dứt năm 541 khi Lý Bí khởi binh chống nhà Lương và chính thức thành lập nhà Tiền Lý cùng nước Vạn Xuân.

BẮC THUỘC LẦN THỨ BA

Năm 602, nhà Tùy cho quân sang xâm lược nước Vạn Xuân, Lý Phật Tử chưa đánh đã hàng, bị bắt về phương bắc rồi chết ở đó.

Năm 605, nhà Tùy đổi Giao Châu thành quận Giao Chỉ.

Nhà Đường thay nhà Tùy bãi bỏ các quận do nhà Tùy lập ra, khôi phục lại chế độ các châu nhỏ thời Nam Bắc triều. Năm 622, nhà Đường lập Giao châu Đô hộ phủ.

Sau đó, nhà Đường đổi thành An Nam Đô Hộ Phủ. Tên gọi An Nam trong lịch sử Việt Nam bắt đầu từ thời điểm này. Chức quan đứng đầu

An Nam Đô Hộ Phủ lúc đầu gọi là kinh lược sứ, sau đổi thành Tiết độ sứ.

Do chính sách bóc lột nặng nề của nhà Đường, người Việt nhiều lần nổi dậy chống nhà Đường. Tiêu biểu nhất là các cuộc nổi dậy của Lý Tự Tiên và Đinh Kiến (687), Mai Thúc Loan (722), Phùng Hưng (776-791) và Dương Thanh (819-820), song đều thất bại.

Đầu thế kỷ 10, nhà Đường suy yếu nghiêm trọng. Thừa dịp, Hào trưởng người Việt là Khúc Thừa Dụ đã đánh chiếm phủ Đại La và xác lập quyền tự chủ cho người Việt.

Năm 907, Khúc Thừa Dụ mất, con là Khúc Hạo lên thay tiếp tục làm Tiết độ sứ. Năm 917, Khúc Hạo chết, con là Khúc Thừa Mỹ lên thay.

Năm 923 vua Nam Hán đem quân sang đánh, tiếp tục đô hộ An Nam.

Năm 931, Dương Đình Nghệ là tướng của Khúc Hạo đem quân đánh tan quân Nam Hán và tự xưng là Tiết độ sứ. Năm 937, bộ tướng của Dương Đình Nghệ là Kiều Công Tiễn giết ông để chiếm ngôi.

Năm 938, bộ tướng khác, đồng thời là con rể Dương Đình Nghệ là Ngô Quyền đem quân giết Kiều Công Tiễn, rồi đánh tan đạo quân xâm lược Nam Hán do Hoằng Tháo dẫn đầu sang tiếp ứng cho Công Tiễn, lập ra nhà Ngô.

Từ đó bắt đầu thời kỳ độc lập ổn định của Việt Nam.

Ba thời kỳ Bắc thuộc này thường được các sử gia Việt Nam gộp lại thành một tên chung là THỜI KỲ BẮC THUỘC kéo dài 1.000 năm.

BẮC THUỘC LẦN THỨ TƯ

Sau thời nhà Ngô đến thời nhà Đinh, Việt Nam chính thức có quốc hiệu là Đại Cồ Việt. Sang thời Lý, quốc hiệu được đổi là Đại Việt. Trong hơn 400 năm, các triều đại Tiền Lê, Lý và Trần, Đại Việt đều đánh thắng các cuộc xâm lăng của Trung Quốc.

Năm 1400, Hồ Quý Ly cướp ngôi nhà Trần. Năm 1406, nhà Minh đem quân sang, lấy lý do là để khôi phục nhà Trần, nhưng thực chất đã sáp nhập Việt Nam thành quận huyện của Trung Quốc và cử quan lại người Hán sang cai trị.

Năm 1407, Giản Định vương, con thứ của vua Trần Nghệ Tông xưng làm Giản Định Đế (1407-1409) để nối nghiệp nhà Trần (thành nhà Hậu Trần) và bắt đầu một cuộc khởi nghĩa chống quân Minh, đến năm 1413 thì hoàn toàn thất bại.

Năm 1427, cuộc khởi nghĩa của Lê Lợi tại Lam Sơn (Thanh Hoá) thành công, kết thúc thời kỳ Bắc thuộc lần thứ tư, và mở đầu một triều đại mới của Việt Nam: nhà Hậu Lê.

So với giai đoạn một nghìn năm Bắc thuộc, thời kỳ Bắc thuộc này tuy không dài bằng, nhưng chính sách đồng hóa và bóc lột được thực hiện mạnh mẽ hơn. Nhà Minh bắt người

Việt phải theo kiểu người Trung Quốc, từ cách ăn mặc, học hành, đến việc cúng tế. Các tài sản quý như người tài, sách vở, báu vật đều bị đem về Trung Quốc. Trong số đó có các cuốn sách văn học, lịch sử, binh pháp,... có giá trị và đã được truyền lại từ nhiều đời, hầu hết đã trở thành thất truyền ở Đại Việt kể từ đó. Khoảng 7600 thương gia và nghệ nhân Đại Việt (trong đó có nghệ nhân chế tạo súng Hồ Nguyên Trừng, nghệ nhân kiến trúc Nguyễn An, một thiên tài kiến trúc người Việt đã thiết kế và xây dựng cố cung Bắc Kinh ngày nay) đã bị bắt đưa sang Nam Kinh, thủ đô Trung Quốc thời bấy giờ. Ngoài ra, nhà Minh còn áp dụng hệ thống sưu cao thuế nặng (bao gồm cả thuế muối) cùng với việc đẩy mạnh khai thác các sản vật quý phục vụ việc cống nộp.

(Tóm lược theo tài liệu của Wikipedia)

BÀI PHÁT BIỂU
của tướng LƯU Á CHÂU

DẪN NHẬP

Thượng tướng Lưu Á Châu là một vị Phó Chính uỷ của Bộ tư lệnh Không quân Trung Quốc. Với chức vụ đó, chứng tỏ ông đang được tin dùng trong hàng ngũ các tướng lãnh, và chính điều đó đã làm chúng ta sửng sốt khi đọc bài phát biểu này, vì nó cho chúng ta được tiếp cận với một con người uyên bác, một đầu óc phóng khoáng, một tầm nhìn rất xa, và một dũng khí hiếm có, dám bóc trần mọi bản chất xấu xa của người Trung Quốc một cách sinh động, cụ thể, trần trụi và tàn nhẫn còn hơn cả Lỗ Tấn.

Tuy ông không phải là nhà văn lừng lẫy như Lỗ Tiên sinh nhưng văn chính luận của ông sắc sảo, mạnh mẽ, hùng biện và đầy tính thuyết phục.

Một bài phát biểu dài trên 10.000 chữ nhưng tôi đã đọc một mạch vì nó độc đáo và lôi cuốn từng câu.

Tôi muốn giới thiệu ra đây, vì ngoài sự tuyệt vời, nó còn là một cú tát trầm trọng và phũ phàng vào những thói xấu của người Việt Nam, của giới lãnh đạo Việt Nam. Tại sao cả hai dân tộc Trung - Việt lại giống nhau đến thế? Tôi không nghĩ rằng đó là những thuộc tính nhân chủng học mà tôi cho rằng đó là "đặc sản" của những dân tộc sống quá lâu dưới một chế độ độc tại phong kiến và phi nhân bản.

Mời các bạn đọc kỹ bài nói chuyện này để xem có rút ra được bài học nào cho đất nước và dân tộc mình?

ĐÀO HIẾU

LỜI GIỚI THIỆU:

Thượng tướng Lưu Á Châu sinh năm 1952, là con trai cố Thiếu tướng Lưu Kiến Đức và là con rể của Chủ tịch nước Lý Tiên Niệm, vợ ông là Lý Tiểu Lâm hiện là Phó Chủ tịch hội hữu nghị đối ngoại Trung Quốc. Ông còn là nhà văn quân đội, nhà bình luận quân sự của Trung Quốc. Lưu Á Châu từng du học và sinh sống ở Mỹ một thời gian lên tới gần 10 năm. Mấy năm trước từng giới thiệu quan điểm và phân tích cá nhân về quan hệ quốc tế với tầng lớp lãnh đạo cao cấp trong đảng và quân đội Trung Quốc. Theo tìm hiểu, những quan điểm của ông đã gây được sự chú ý mạnh mẽ của một số tướng lĩnh và giới phân tích chiến lược ở Trung Quốc, trong đó là giới sỹ quan cấp trung trong quân đội. Hiện Lưu Á Châu đảm nhiệm chức phó Chính ủy trong Bộ Tư lệnh Không quân Trung Quốc.

Sau đây là nguyên văn bài nói chuyện của tướng Lưu Á Châu tại một căn cứ quân sự của Trung Quốc ở Côn Minh. (Ngày 10/05/2010)

*

Tôi là người kế tục của văn hóa Trung Hoa, cũng là người phê phán nó. Trước đây, đầu tiên tôi là người kế tục nó, sau đó mới trở thành người phê phán nó. Hiện tại, đầu tiên thì tôi phê phán nó, sau đó mới là người kế tục.

Lịch sử của Phương Tây là nền lịch sử cải tà quy chính từ ác trở thành thiện. Lịch sử của Trung Quốc thì ngược lại, là một bộ lịch sử đổi từ thiện sang ác.

Phương Tây cổ đại thì cái gì cũng cấm, chỉ là không cấm cái bản năng của con người. Ở Trung Quốc thì cái gì cũng không cấm, chỉ cấm độc nhất mỗi bản năng. người Phương Tây có cái hay là thể hiện được bản thân họ, thể hiện được lối tư duy, tư tưởng của cá nhân, dám thể hiện cả bản thân đang lõa thể.

Người Trung Quốc thì chỉ biết mặc quần áo che ở bên ngoài, đem cả quần áo phủ lên tư tưởng. Việc mặc quần áo dễ hơn là cởi nó ra, người Phương Tây dám biểu đạt góc tối tăm của bản thân, do đó họ sẽ nhận được ánh sáng soi rọi, do đó tư tưởng của họ tung hoành khắp nơi như vó bảo mã.

Chúng ta lại đi ca tụng vinh quang của bản thân, kết quả thì đem tới ngàn năm tăm tối. Triết gia người Đức Friedrich Hegel đã nói "Trung Quốc không có triết học". Tôi cho rằng Trung Quốc mấy ngàn năm qua không hề sản sinh ra được tư tưởng gia nào. Tư tưởng gia mà tôi nói tới ở đây là những nhà tư tưởng có cống hiến kiệt xuất cho tiến trình văn minh của nhân loại như Hegel, Socrates, Platon.

Lão Đam (Lão Tử), anh nói xem có phải là tư tưởng gia không? Chỉ dựa vào cuốn sách "Đạo Đức Kinh" hơn 5 nghìn chữ mà cũng trở thành tư tưởng gia? Đó là chưa nói đến "Đạo Đức Kinh" của ông ta có vấn đề. Khổng Tử có thể trở thành tư tưởng gia được không? Hậu nhân chúng ta nên bình luận về ông ta như thế nào? Làm thế nào để đánh giá tác phẩm của ông ta? Tác phẩm của ông ta chưa hề cung cấp cho người Trung Quốc chúng ta một hệ thống giá trị để cân bằng quyền lực thế tục cho nội tâm, ông ta chỉ cung cấp một số thứ xoay quanh quyền lực.

Nếu Nho học là một thứ tôn giáo, thì nó là ngụy tôn giáo, nếu là tín ngưỡng, là ngụy tín ngưỡng; còn nếu cho nó là một thứ triết học thì nó là thứ triết học của xã hội quan trường. Từ ý nghĩa này mà nói, Nho học có tội với người dân Trung Quốc. Trung Quốc không có tư tưởng gia, chỉ có mưu lược gia. Xã hội Trung Quốc là một xã hội lấy binh pháp làm trọng, người Trung Quốc chúng ta tôn sùng từ cửa miệng các mưu lược gia. Người đời lại nhớ nhiều nhất tới một kẻ chẳng được xem là thành công như Gia Cát Lượng, tâm can của ông ta không phải là rộng rãi tốt đẹp gì, dùng người cũng không được chuẩn. Có tư liệu chứng minh rằng ông ta là người lộng quyền. Một kẻ như thế này lại được nâng lên một tầm cao có thể dọa người, đây cũng là một bằng chứng cho thấy tâm hồn của dân tộc Trung Hoa chúng ta.

Dưới hình thái của xã hội hiện tại, có 3 loại hành vi đang rất thịnh hành:

① THUẬT NGỤY BIỆN.

Con trai tôi năm nay thi đỗ vào khoa báo chí của một trường đại học tốt nhất toàn Trung Quốc. Tôi nói với con trai "Đưa giáo trình lại đây bố xem thử". Sau khi xem qua thì tôi nói rằng giáo trình này không đáng để xem. Trong cuốn sách có một đoạn luận: người Trung Quốc đã phát minh ra thuốc súng, thuốc súng này sau khi truyền tới Châu Âu, phá vỡ những thành lũy phong kiến được xây dựng từ thời Trung Đại ở đây. Đây rõ ràng là một câu chuyện tiếu lâm. Anh phát minh ra thuốc súng đánh thủng bức tường thành của chế độ phong kiến, thế còn tường lũy phong kiến của bản thân anh tại sao lại không phá đi? ngược lại còn được xây dựng kiên cố hơn?

Ở Đại học Quốc phòng Trung Quốc, khi thảo luận về vấn đề Đài Loan, có một quan điểm nghiêng về phía thị trường: Đài Loan giống như một ổ khóa, nếu như vấn đề Đài Loan không giải quyết được, nó sẽ như một ổ khóa khóa chặt cánh cửa đi ra ngoài của Trung Quốc, Trung Quốc sẽ không thể vươn ra biển lớn được.

Đấy chính là ngụy biện, tôi chỉ cần nói một câu là có thể đưa anh trở về thực tế. Tây Ban Nha sau khi trở thành cường quốc trên biển rồi, lại không hề ngăn cản láng giềng của họ là Bồ Đào Nha cũng trở thành một cường quốc về biển. Eo biển Manche của Pháp chỉ rộng có 28 hải lí, nước Anh đã ngăn cản nước Pháp trở thành cường quốc hải quân không? Việc Trung Quốc mất đi thời cơ lịch sử để trở thành cường quốc hải quân là do giai cấp thống trị lâu đời ở Trung Quốc không hề có khái niệm về quyền lợi biển.

② ĐỐI NGOẠI NHU NHƯỢC, ĐỐI NỘI TÀN NHẪN

Văn minh Châu Âu và văn minh Trung Hoa đều có bước khởi đầu gần như cùng thời điểm, tuy nhiên Châu Âu hình thành nên rất nhiều quốc gia nhỏ, Trung Quốc trở thành một đế quốc thống nhất rộng lớn. Nói đến đây, chúng ta luôn tự hào về điều này. Kỳ thật việc Châu Âu trở thành nhiều nước nhỏ là một biểu hiện của tự do về tư tưởng. Nhiều thứ có liên quan tới văn minh nhân loại đã được sản sinh từ những nước nhỏ bé bị chia cắt này, ngược lại Trung Quốc chúng ta đã có những đóng góp gì cho nền văn minh thế giới? Thống nhất giang sơn và thống nhất tư tưởng nhất định có một mối liên hệ nào đó.

Xã hội mưu lược là một xã hôi có tính hướng nội.

Tôi đã từng nghiên cứu kĩ những khác biệt giữa hai nước Trung - Mỹ: Trên phương diện đối ngoại của Trung Quốc về cơ bản là nhu, ở mặt đối nội thì là cương, nước Mỹ thì lại tương phản với điều này: về đối ngoại là cương, đối nội là nhu. Tôi không nhớ rõ là đã viết trong cuốn sách nào đã từng nhắc tới vấn đề này, có thể là trong cuốn "Chiến tranh với Đài Loan và đánh giá những rủi ro" đã có kết luận thế này: Việc này là do sự khác biệt về văn hóa quyết định. Trung Hoa có một nền văn hóa đóng chặt, hướng nội, nước Mỹ có nền văn hóa mở, có tính hướng ngoại.

Lối suy nghĩ thống nhất là lối nghĩ của văn hóa hướng nội. **Điều này cũng giải thích nguyên nhân tại sao người Trung Quốc chúng ta đứng trước những kẻ xâm lược nước ngoài thì lại trở thành những con dê, đứng trước đồng bào mình thì lại trở thành những con sói. Chỉ cần khoảng 100 lính Nhật Bản, lại có thể dẫn cả một đoàn tù binh lính Quốc Dân Đảng tới 5 vạn người tới Yến Tử Cơ để hành quyết. Đừng nói là phản kháng, bọn họ đến cả dũng khí chạy trốn cũng không có.**

Ngược lại, trong chiến dịch Thái Vu trong chiến tranh giải phóng (chiến tranh Quốc - Cộng 1946-1949), chỉ có 3 ngày, chúng ta đã đánh tan 7 sư đoàn lính quốc dân đảng với hơn 56.000 người"

"Khi người Trung Quốc đánh người Trung Quốc, thì rất là dũng mãnh".

③THẤP HÈN, ĐÊ TIỆN

Sự thấp hèn về tinh thần tất nhiên sẽ dẫn tới những hành vi đê tiện, Tinh thần cao thượng sẽ dẫn tới những hành động cao thượng. Khoảng 20 năm trước gì đó, khu nhà tôi đang ở có phát sinh một sự việc: Một đôi vợ chồng cãi vã đòi li hôn, người chồng đem bồ mới về ở trong nhà, sau đó cãi nhau to, người vợ leo lên đỉnh tòa nhà để nhảy lầu. Người xem đứng xung quanh rất đông, có người vui sướng trước cảnh này kêu to: "mau nhảy đi, mau nhảy đi!!!" Sau đó cảnh sát tới đem người cứu xuống, những kẻ đứng xem thậm chí còn tỏ vẻ tiếc nuối.

Tôi chỉ thở dài một tiếng, trở về nhà mở ti vi lên xem. Trên ti vi đang chiếu một sự việc có thật: Ở nước X, theo tôi nhớ là Hungary thì phải, vào hơn 70 năm trước, có một người thợ mỏ sắp tổ chức hôn lễ với vợ, trong lần xuống hầm mỏ cuối cùng trước lễ cưới thì bị sụp hầm mỏ, người thợ mỏ vĩnh viễn không quay trở lên được nữa. Người vợ sắp cưới không tin rằng vị hôn phu của mình đã ra đi mãi mãi, liền chờ đợi anh ta suốt 70 năm. Mấy ngày trước người ta dọn dẹp lại toàn bộ khu mỏ, trong một đường hầm sâu tích đầy nước người ta tìm thấy một thi thể, chính là thi thể mà hơn 70 năm trước bị chôn vùi của vị hôn phu bất hạnh đó.

Bởi vì không có không khí, lại được ngâm trong nước đầy khoáng chất trong hầm mỏ, anh ta trông vẫn còn trẻ như 70 năm trước. Người vợ anh ta thì đã già tóc bạc trắng, bà ấy đã ngồi khóc bên cạnh thi thể người chồng của mình, sau đó đã có một quyết định: tiếp tục tổ chức lễ cưới với người chồng của mình. Đó là một cảnh hết sức cảm động: Một bà lão hơn 80 tuổi mặc áo cưới trắng tinh, tóc cũng bạc trắng. Người chồng của bà, với hình dáng thanh niên nằm trong một cỗ xe ngựa kéo. hôn lễ và tang lễ được tổ chức cùng lúc. Nhiều người đã rơi nước mắt vì cảnh này.

Việc có thể khảo nghiệm chuẩn mực đạo đức của người Trung Quốc chúng ta chính là vụ 11 tháng 9 của nước Mỹ.

Vụ 11 tháng 9 tuy không làm thay đổi thế giới, nhưng đã làm thay đổi nước Mỹ. Đồng thời sau vụ 11.9 thì thế giới rất khó quay về thời điểm trước vụ việc này xảy ra.

Khi vụ 11.9 xảy ra, ở nước ta (Trung Quốc) chí ít là trong một khoảng thời gian, được bao phủ bởi một bầu không khí không được tốt. Vào đêm ngày 12 tháng 9 năm đó, sinh viên 2 trường Đại học Bắc Kinh và đại học Thanh Hoa đánh trống gõ chiêng ầm ĩ. Tôi tưởng đó là do đội bóng đá Trung Quốc sắp được tham dự vòng chung kết Worldcup. Cách một thời gian tôi mới biết các sinh viên Trung Quốc vui mừng vì nước Mỹ bị đánh bom khủng bố vào tòa tháp đôi.

Nước ta có một đoàn đại biểu, lúc đó đang ở thăm nước Mỹ, lúc xem tòa nhà thương mại thế giới bị máy bay bọn khủng bố đâm vào, những người trong đoàn tham quan liền không kìm được cảm xúc, đứng dậy vỗ tay hoan hô.

Dưới quá trình ngâm tẩm văn hóa như thế, chúng ta không thể trách họ được, bọn họ đã không thể khống chế nổi bản thân nữa. Kết quả là bị tuyên bố là những vị khách không bao giờ được hoan nghênh. Tôi ở Bộ tư lệnh Không quân đóng tại quân khu Bắc Kinh, vào những ngày đó có bộ đội tới thăm, tôi đều hỏi họ có cái nhìn như thế nào về vụ 11 tháng 9? Họ đều có một câu đáp án như nhau "Khủng bố đánh rất tốt". Sau đó tôi nói "chuyện này rất bi thảm. Nếu như những người này yêu Trung Quốc, thì còn ai có thể cứu được Trung Quốc?

Truyền thông thì càng không đáng nhắc tới, chỗ mà không có tin tức nhất lại chính là trên mặt báo. 1997 công nương Anh Diana gặp tai nạn xe hơi và qua đời. Cho dù cá nhân công nương Diana là thế nào, hoàng gia Anh như thế nào, cô ấy ít nhất cũng có giá trị tin tức báo chí. Tất cả các báo chí, truyền thông trên toàn thế giới đều có tin tức về sự kiện này ngay trên trang nhất, chỉ có truyền thông Trung Quốc là duy nhất không có tin tức này. Vào ngày hôm đó thì trên các báo lớn nhỏ ở Bắc Kinh đăng tin này "Các em học sinh tiểu học và trung học ở Bắc Kinh bắt đầu khai trường". Bản tin này có khác nào đăng lên trang nhất các báo "Người Bắc Kinh hôm nay đã ăn sáng rồi".

Vào sáng ngày hôm sau xảy ra vụ 11 tháng 9, tôi ngồi bên ti vi xem tiết mục "bình luận tiêu điểm" và muốn xem những người được mệnh danh là "cái loa phát thanh của Trung Quốc" bình luận sự kiện này như thế nào. Kết quả là hôm đó tiết mục bình luận tiêu điểm lại nói về tổ chức đảng ở nông thôn làm thế nào để tăng cường tính vững mạnh của tổ chức. Cái bạn thực sự muốn xem? Làm gì có mà xem. Bạn không muốn nghe nhất thì lại được phát đi phát lại cả buổi, những cái loa phát thanh của đảng họ hoàn toàn không quan tâm người ta muốn gì.

Vào năm 1999, Nước Mỹ và khối Nato đánh bom liên bang Nam Tư, Trung Quốc có ra mặt 1 lần, cái giá của lần ra mặt này là sứ quán Trung Quốc ở Beograd bị ném bom. Lần này thì suýt tí chút nữa cũng phải xuất đầu, sau đó dưới sự dàn xếp của TW đảng, đứng đầu là đồng chí X đã kịp thời xoay chuyển cục diện. Nền văn hóa của chúng ta như toa tàu tốc hành, quán tính rất lớn, đem theo chúng ta – những người thiếu hụt về chuẩn mực đạo đức lao nhanh như gió về bến cuối.

Có người vào lúc đó còn đề xuất nhân cơ hội này đánh chiếm Đài Loan, nhân dịp loạn lạc này, giơ tay là lấy được. Tôi có thể hiểu được tâm tình của những đồng chí này, nhưng thực tế thì đấy không phải là thời cơ tốt. Vào lúc đó tôi nghĩ rằng, sự kiện 11/9 đã làm chết nhiều người vô tội. Sinh mạng con người là thứ quý giá nhất trên thế giới, những người bị thiệt mạng này họ chẳng có liên quan gì tới chính phủ Mỹ. Người Trung Quốc chúng ta dùng thái độ này để đối đãi với họ, thì người ngoài cũng sẽ đối đãi với chúng ta như thế. Đối lập với việc này là thảm án Dover ở nước Anh.

Vào mấy năm trước, một nhóm người Phúc Kiến chui vào thùng xe tải bịt kín để nhập cư lậu vào nước Anh qua eo biển Dover, do nằm trong thùng xe bị bít kín nhiều giờ liền nên họ đều bị chết ngạt, chỉ còn 2 người còn sống. Sau khi sự việc được đưa ra ánh sáng, đại sứ quán Trung Quốc ở Anh đã không có một nhân viên nào xuất hiện, sau đó chính người Dover đã tự tổ chức lễ truy điệu cũng như buổi đốt nến tưởng niệm các nạn nhân xấu số. Có nhiều trẻ em đã tham gia, trên tay cầm những đồ chơi do Trung Quốc chế tạo.

Nhân nói về đồ Trung Quốc, hiện nay trên thế giới thì có tới 90% đồ chơi trẻ em đều là Made in China. Có phóng viên hỏi trẻ em: "Tại sao em lại tới tham gia buổi lễ tưởng niệm này?" Đứa bé nói "Họ cũng là người mà. Những đồ chơi chúng em cầm trong tay hiện giờ rất có thể là do những người này chế tạo". Trong toàn buổi lễ tưởng niệm, không hề có bóng dáng một người Trung Quốc nào ở hiện trường. Thế nào gọi là văn minh? Tôi đang tư khảo suy nghĩ.

①GỌI KHỦNG BỐ LÀ HÀNH ĐỘNG ĐÚNG.

Dưới sự giáo dục của nền văn hóa Trung Quốc, đã sản sinh ra những lớp người đặc biệt. Đầu tiên là họ xem nhẹ mạng sống của bản thân, rồi xem nhẹ cả tính mệnh người khác, của tổ quốc như xem một vở kịch. Ngay cả bản thân họ còn không xem việc nắm giữ sinh mệnh là một quyền, họ cũng không muốn cho người khác có quyền đó. Lỗ Tấn từ mấy mươi năm trước đã từng phê phán trong "kẻ xem trò náo nhiệt" kiểu tâm thái đã được luyện thành như thế. Người Trung Quốc xem người ta giết người, không có ai là không hoan hỉ náo nhiệt.

Giai cấp thống trị cố ý mang người ra giữa chốn đông người để giết, người dân bị thống trị cũng hoan hỷ hưởng thụ khoái cảm của tầng lớp thống trị, nhất là những lúc sắp bình minh người ta xử tử tù nhân, liên tục ba ngày thì có thể nói là người đông như kiến cỏ. Ngay cả những sới bạc nhỏ cũng gầy sòng ở đó được. Người ta còn lấy một ít máu của tử tù nhúng vào bánh màn thầu. Ngày nay đã không còn kiểu xử tử như thế, nhưng người dân vẫn cứ thích kiểu khai đình như thế.

Ngày xưa vào mùa xuân còn đi xem người ta xử trảm Đàm Tự Đồng cùng với 5 đồng chí của ông ta như thế (1) thì trong chiến tranh Giáp Ngọ 1894 sao lại không mất Đài Loan được kia chứ?

Con cháu họ – chính là chúng ta, nếu như chúng ta giống y như họ, vậy thì làm sao có thể giải phóng thu hồi Đài Loan?

Trên xe bus công cộng có một kẻ lưu manh đánh người, những người khác lại im lặng không dám ho he gì. Chẳng lẽ lại dựa vào những người này đi giải phóng Đài Loan? Dựa vào những người này đi thực hiện chính sách bốn hiện đại hóa (Chương trình bốn hiện đại hóa do Đặng Tiểu Bình đề ra bao gồm hiện đại hóa công nghiệp, hiện đại hóa nông nghiệp, hiện đại hóa quốc phòng, hiện đại hóa nền khoa học kĩ thuật để đưa Trung Quốc vào hàng ngũ những nước đứng đầu) thì có tác dụng gì chứ?

Lúc tôi tập thể dục buổi sáng có xem ti vi, trong lúc phát quảng cáo ở tiết mục "tin tức buổi sáng" thì sản phẩm được bán chạy nhất là gì? Là cửa chống trộm. Đây là bi kịch của một dân tộc. Các anh xem thử xem cái nhà các anh ở có giống một cái lồng không? Lúc tới Thành

Đô thì tôi vào ở trong nhà một vị nguyên là chính ủy không quân đóng ở quân khu Thành Đô. Lúc tôi bước vào cửa, cảm giác giống y như đang ở nhà ngục.

Trên cửa sổ, lan can hay ban công thì đều là những thanh sắt lồng vào nhau để chống trộm. Sau đó tôi cho người gỡ ra. Mấy hôm trước tôi có xem một cuốn sách có nhan đề "Trung Quốc có thể không nói ra". Tôi cho rằng có thể anh nói không, nhưng các anh lại đứng sau cánh cửa chống trộm để nói không, như thế là không có dũng khí, là hèn yếu. Nhà văn quân đội Kiều Lương nói rất hay "ngay cả những người tự vỗ ngực là người yêu nước khi thấy gà kêu chó sủa bởi trộm cướp cũng núp lại đằng sau, để dành cái hào khí thô lỗ nói không với những nước lớn nơi xa xôi".

②CẦN PHẢI NHÌN NƯỚC MỸ MỘT CÁCH KHÁCH QUAN, TOÀN DIỆN

Nước Mỹ trông như thế nào? Bạn có nghe qua một câu hình dung New York như thế này: Nơi tốt nhất trên thế giới và nơi tệ nhất trên thế giới gộp lại với nhau thì đó chính là New York. Dùng câu nói này áp dụng cho nước Mỹ hôm nay liệu có còn phù hợp? Cả một thế hệ quân nhân như chúng ta, là niềm hy vọng cho tương lai của đất nước này, càng không phải là thuộc "phái thân Mỹ" cũng không phải thuộc "phái chống Mỹ" mà chúng ta phải làm những người hiểu biết, hiểu rõ nước Mỹ. Phải hiểu rõ kẻ địch thì mới đánh thắng được kẻ địch. Xem thường địch thủ chính là xem thường chính bản thân mình.

Thác Bạt Đảo (Bắc Ngụy Thái Vũ Đế 408–452) đem tên nước của người Nhu Nhiên đổi thành Nhuyễn Nhuyễn, ý nghĩa là con côn trùng nhỏ xíu, ông ta lại bị chính con côn trùng bé tí này đánh bại, vậy thì đến con côn trùng anh còn không bằng. Nước Mỹ không hy vọng Trung Quốc hùng mạnh cũng giống như Trung Quốc không mong muốn Mỹ xưng bá thiên hạ như hiện nay. Quan hệ Mỹ - Trung có xung đột, nhưng cũng có nhiều lợi ích đan xen nhau. Làm thế nào để hóa giải mâu thuẫn, phát triển những lợi ích chung chính là mục tiêu mà nền ngoại giao Trung Quốc trước mắt cần nỗ lực làm.

Trung Quốc muốn phát triển hùng mạnh thì không thể nào không có giao lưu mở cửa với thế giới. Thế giới hiện tại là thế giới đơn cực. Hiện tại chỉ có thể biến thanh đa cực khi nước Mỹ suy thoái và đi xuống. Chúng ta tuyệt đối không thể đoạn tuyệt quan hệ với nước Mỹ, cũng không thể ôm hy vọng lớn lao với người Mỹ được. Trước mắt thì việc chúng ta đối kháng với nước Mỹ không phải là việc khôn ngoan. Tiêu chuẩn cao nhất của chúng ta đó chính là lợi ích quốc gia. Chúng ta cần phải nhẫn nại, nhẫn nại không phải là hèn yếu. Khuất phục mới là hèn yếu. Tâm đen tiêu diệt xã hội chủ nghĩa của nước Mỹ không bao giờ hết, họ không mong kinh tế Trung Quốc phát triển lên.

Nhưng chúng ta cần nhớ: đấu tranh với đối thủ, cần phải cho họ thấy được kết cục mà họ không mong muốn nhìn thấy nhất. Nước Mỹ mong cho Trung Quốc xảy ra nội chiến, chúng ta sẽ làm nội chiến thật, để cho họ không còn tác oai tác quái được nữa. Tất nhiên đường lối "nằm gai nếm mật, thao quang dưỡng hối" cũng không thể dùng được. Một nước lớn như Trung Quốc có thể giống như một đại hiệp trong tiểu thuyết, nằm ẩn dật trong thâm sơn cùng cốc khổ luyện võ nghệ cho cao cường rồi đi ra quyết một trận sống mái với kẻ thù? Với dân số và tài nguyên của Trung Quốc, nhất là với văn hóa Trung Quốc thì Trung Quốc không thể nào lớn mạnh như nước Mỹ, hơn nữa nước Mỹ cũng không dừng lại một chỗ cho Trung Quốc đuổi kịp.

Vẫn là Mao chủ tịch nói rất hay: "Đánh vẫn cần phải đánh, đàm phán vẫn cứ đàm phán, hòa hoãn thì vẫn cứ hòa hoãn". Làm ngoại giao cần phải cơ trí, cần phải xỏ mũi người khác mà dắt đi, đừng để người khác xỏ mũi mình. Nikita Khrushchev là một người có cơ trí như thế. Tôi kể cho các anh nghe một câu chuyện: Trong một hội nghị, Khrushchev tiết lộ và phê phán tính bạo lực của Stalin, có người chuyển lên một mảnh giấy chất vấn rằng: "Khrushchev trong thời gian Stalin cầm quyền cũng là một thành viên quyền lực trong số họ, lúc đó tại sao ông ta không hoài nghi và chất vấn sự chuyên chế độc tài của Stalin?" Khrushchev liền mang mảnh giấy đó đọc to trước mọi người, sau đó hỏi to: vừa rồi ai đưa mảnh giấy gửi cho tôi? đứng dậy đi nào! đứng dậy đi!... ở bên dưới mọi người đột nhiên ngu ngơ đi một lúc, nhưng cũng không có ai đứng dậy.

Sau đó Khrushchev nói: "Các anh xem, chúng ta đang đứng trong thời đại dân chủ như thế này, dưới bầu không khí không có sự khủng bố nào mà đồng chí viết tờ giấy này còn không dám đứng dậy; vậy các anh nghĩ xem dưới bầu không khí khủng bố mà Stalin thống trị như thế, có ai to gan dám đứng dậy chất vấn Stalin không?".

Sau đó toàn hội nghị vỗ tay hoan nghênh nhiệt liệt. Cuộc đấu tranh chống nước Mỹ của chúng ta, cũng cần phải có cơ trí như Khrushchev mới được, lúc cần phải thao quang dưỡng hối thì cần phải thao quang dưỡng hối. Giống như lời nói giữa đồng chí Đặng Tiểu Bính nói với Thủ tướng Canada Joseph Philippe Trudeau: "Thao quang dưỡng hối mà tôi nói tới, bao gồm cả nhịn nhục không cần thể diện, cần giữ vững quan hệ với các nước phát triển nhất thế giới".

Ý của Đặng Tiểu Bình nói rằng Trung Quốc cần phải đi cùng với văn minh nhân loại, không thể đi con đường khác với nhân loại. Trong sự kiện 11.9, trừ một số ít quốc gia, một bộ phận dân chúng (không phải là chính phủ) là cách xa rất xa văn minh thế giới. Lúc cần đấu tranh thì phải đấu tranh, một tấc cũng không nhường. sùng bái nước Mỹ không đúng, căm thù nước Mỹ cũng không đúng. Chính phủ Mỹ, giới chính khách Mỹ và nhân dân Mỹ vừa giống nhau, lại vừa không giống nhau, vừa có chỗ tương đồng, vừa có dị biệt. Anh cần phải vận dụng cao độ trí tuệ để phân biệt bọn họ.

Trước đây, nhân dân Mỹ vì giúp Trung Quốc trút bỏ ách thống trị của thực dân, đánh bại Nhật Bản, đóng góp to lớn vào quá trình tiến bộ của xã hội Trung Quốc. Giữa hai nước không có mâu thuẫn lợi ích. Ngày nay lợi ích của nước Mỹ trải khắp toàn cầu, giữa hai nước bắt đầu có xung đột về lợi ích. Tuy nhiên chúng ta hãy dùng một trái tim có đạo đức để phán xét sự vật, không thể manh động. Tôi đã từng nói qua, đối với kẻ đã giết hàng vạn, hàng triệu đồng bào chúng ta mà không nhận lỗi là Nhật Bản, chúng ta thường nói cần phải "giữ vững hòa khí bạn bè đời đời kiếp kiếp", đối với người bạn đã giúp chúng ta đánh bại Nhật Bản là nhân dân Mỹ, chúng ta có lí do nào để đi hận thù họ?"

③SỰ ĐÁNG SỢ CỦA NƯỚC MỸ THẬT SỰ NẰM Ở ĐÂU?

Nước Mỹ tuy là có quân đội thiện chiến nhất hành tinh, có nền khoa học kĩ thuật phát triển nhất thế giới, nhưng tôi cho rằng đó không phải là điều đáng sợ. Nghe đồn rằng máy bay tàng hình của họ ra vào Trung Quốc không phận rất dễ dàng, tuy nhiên đây cũng không phải là điều đáng sợ. Thứ đáng sợ nhất của họ không phải là những thứ này. Năm 1972 tôi học ở trường đại học Vũ Hán, trong giờ học chính trị, một giảng viên chính trị nói với tôi: "nước Mỹ là thối nát, mục rữa, nó đang giãy chết ở các quốc gia đại diện cho chủ nghĩa tư bản, giống như mặt trời sắp xuống núi, đã không còn mấy hơi tàn nữa".

Tôi lúc đó là sinh viên xuất thân từ tầng lớp công nông, khoác trên mình bộ quân phục liền đứng dậy phát biểu phản bác lời của thầy giáo: "Thưa thầy, em cho rằng lời thầy nói là không đúng. Nước Mỹ tuy không giống Trung Quốc là mặt trời mới lên lúc 8,9 giờ sáng ánh dương quang chói lọi, nhưng cũng không phải là mặt trời sắp lặn, mà phải là mặt trời lúc chính ngọ". Sắc mặt thầy giáo lúc đó chuyển sang màu trắng, nói "Đồng chí sinh viên này, anh sao lại dám nói những lời như thế này!" Thầy giáo lúc đó cũng không hỏi tôi tại sao lại nói những lời đó, lại dùng một chữ "dám".

Qua một chữ đó đã cho chúng ta nhìn xuyên qua bức màn, cho thấy đâu mới là hủ bại, thối rữa.

Sau khi tôi tốt nghiệp đại học, gặp lúc Trung Quốc đang cải cách mở cửa, tôi lại có một quan điểm: Nước Mỹ là do hàng nghìn hàng vạn người không thích tổ quốc của họ mà tập hợp thành, nhưng bọn họ lại rất yêu nước Mỹ. Lúc đó có rất nhiều lãnh đạo, một mặt chửi nước Mỹ, một mặt lại gửi con cái sang Mỹ học, sự khác biệt trong hành động và lời nói của họ quá lớn.

Vậy sự đáng sợ của nước Mỹ nằm ở đâu? Tôi cho rằng có ba điểm:

1. Nước Mỹ có cơ chế trọng dụng nhân tài, không bỏ phí tài năng của đất nước. Thể chế

nhà nước của họ, chế độ tuyển cử đảm bảo rằng lãnh đạo là tầng lớp tinh anh tài năng. Bi kịch của Trung Quốc chúng ta, ở tầm vĩ mô là một quốc gia, tầm vi mô là một đơn vị, tình hình phần nhiều là người có tài thì không được nắm quyền quyết sách, người nắm quyết sách thì bất tài. Có đầu óc thì không có ghế, có ghế thì đầu bã đậu. Nước Mỹ thì ngược lại, với mô hình thể chế hình tháp, đem tinh anh của đất nước xếp lên trên. Do vậy nếu như họ không phạm phải sai lầm, thứ nữa là phạm sai lầm ít, thứ ba nếu có sai lầm thì cũng rất nhanh sửa chửa sai lầm đó.

Thứ nhất Trung Quốc chúng ta phạm sai lầm, thứ hai là thường phạm sai lầm, thứ ba là phạm sai lầm rồi thì rất khó sửa chữa. Nước Mỹ chỉ cần một đảo Đài Loan nhỏ bé cũng kiềm chế được Trung Quốc nửa thế kỷ, họ đã truyền sức sống cho nó, làm cho nó mạnh lên, biến đổi cả trật tự khu vực Đông Á và Châu Á Thái Bình Dương. Điều tôi lo lắng nhất là chiến lược phát triển của Trung Quốc trong thế kỷ mới sẽ bị Đài Loan làm cho lệch đi.

Trong thời đại hiện nay, ảnh hưởng của lãnh thổ hùng mạnh đã giảm quan trọng.

Phải chuyển từ mở rộng lãnh thổ sang mở rộng tầm ảnh hưởng. Nước Mỹ hiện tại không còn ham muốn lãnh thổ của bất cứ nước nào, Nước Mỹ trong toàn bộ thế kỷ 20 đều nỗ lực để tạo dựng sức ảnh hưởng của mình trên toàn cầu. Như thế nào thì gọi là tạo dựng sức ảnh hưởng? Ngoại trừ sức mạnh kinh tế, còn cả nhân tâm nữa. Có được nhân tâm thì quốc gia sẽ hội tụ được sức mạnh, mất đi lãnh thổ có thể lấy lại được; mất đi nhân tâm thì cho dù lãnh thổ của anh có rộng lớn như thế nào cũng không giữ lại được. Có lãnh đạo quốc gia chỉ nhìn ra phía trước được một bước nhỏ, nước Mỹ làm việc gì cũng nhìn ra phía trước cả 10 bước.

Do vậy nên sau chiến tranh thế giới thứ hai, mỗi một sự kiện có tầm ảnh hưởng toàn cầu đều củng cố địa vị và sức mạnh của nước Mỹ. Nếu Trung Quốc chúng ta bị người Mỹ dắt mũi dẫn đi, thì chúng ta cũng mất hết những dự tính tương lai của mình. Tôi nhắc lại một lần nữa, trọng tâm chiến lược của nước Mỹ sẽ không chuyển sang Châu Á, tuy vậy không có nghĩa là họ không bao vây Trung Quốc.

Có rất nhiều đồng chí chỉ nhìn thấy hành động bao vây Trung Quốc trên phương diện quân sự, giống như nhiều người chỉ nhìn thấy sự hơn kém giữa Trung Quốc và Mỹ trên phương diện khoa học kĩ thuật và vũ khí trang bị vậy. Họ lại không nhìn thấy đại cục về chiến lược, nhất là ở phương diện ngoại giao với sự lạc hậu còn thể hiện nghiêm trọng hơn. Nền ngoại giao của chúng ta với nước Mỹ, hoặc là chỉ có phương sách mà không có phạm vi, hoặc là có chi tiết mà không có đại cục.

Sau sự kiện 11.9, nước Mỹ trong vòng 2 tháng đã chiếm lĩnh xong Afghanistan, bao vây Trung Quốc từ phía Tây. Những áp lực quân sự từ phía Nhật Bản, Đài Loan, Ấn Độ cũng không hề giảm nhẹ. Có thể thấy là chúng ta từ sau sự kiện 11.9 đã đạt được một số lợi ích trước mắt, tuy nhiên những lợi ích này trong một vài năm

180

tới có thể sẽ biến mất. Tôi nhận thấy một kiểu bao vây khác đối với nước ta, đó không phải là về mặt quân sự. Các anh nhìn mà xem, mấy năm gần đây, những nước láng giềng của chúng ta đang thi nhau thay đổi chế độ xã hội.

Họ biến đổi thành cái gọi là "quốc gia dân chủ", ví dụ như Nga, Mông Cổ, Kazakhstan cũng biến đổi rồi. Trước đó nữa là Hàn Quốc, Philipines, Indonesia... những uy hiếp này đối với nước ta nguy hiểm hơn những uy hiếp do quân sự mang lại. Uy hiếp về mặt quân sự thường chỉ có tác dụng trong thời gian ngắn, ngược lại những hiệu ứng do các quốc gia tự xưng là "dân chủ" kia mới là tác động lâu dài.

2. Cái bao dung và độ lượng của nước Mỹ. Nếu anh đi tới Châu Âu, rồi đi tới Mỹ, thì anh sẽ phát hiện thấy một khác biệt lớn: Trên đường phố Châu Âu vào lúc sáng sớm không có mấy ai đi lại cả, ngược lại ở Mỹ lúc sáng sớm anh sẽ nhìn thấy rất nhiều người đi tập thể dục buổi sáng, thậm chí là cả ngày. Tôi có đúc kết thế này: luyện tập thể thao là một phẩm chất, rèn luyện thân thể là đại diện cho tính cách muốn đi lên về phía trước.

Muốn xem một quốc gia có hy vọng gì không, hãy xem quốc gia đó có bao nhiêu người luyện tập thể thao cũng đủ biết rồi.

Người Mỹ có thể đem quốc kỳ của họ làm quần lót để mặc, tôi đã từng mua một chiếc như thế ở Mỹ, tôi có mặc thử nó, tôi làm thế là để miệt thị nó, là để phát tiết, là một loại cảm giác tự thỏa mãn về tâm lí. Người Mỹ mặc nó là để điều chỉnh lại bản thân. Người Mỹ có thể đốt quốc kỳ của họ ngay trên phố. Đới Húc (bạn của tác giả cuốn "quân sự không") có nói: Nếu một quốc gia mà ở đó người ta có thể đốt quốc kỳ của chính đất nước mình, thì họ còn lí do nào để tự đốt chính mình?

3. Sức mạnh của tinh thần và giá trị đạo đức to lớn. Cái này mới chính là thứ đáng sợ nhất. Vụ 11.9 là một tai vạ đối với nước Mỹ, lúc vụ khủng bố xảy ra, cái ngã xuống trước tiên là thể xác, nhưng đứng dậy trước tiên là linh hồn. Có dân tộc khi gặp tai kiếp, thể xác chưa ngã xuống nhưng linh hồn đã nộp vũ khí đầu hàng. Trong vụ 11.9 đã có 3 sự kiện, đều có thể cho người ta thấy được sức mạnh của nước Mỹ.

Thứ nhất là sau khi tòa tháp đôi trung tâm thương mại thế giới bị máy bay đâm vào, lửa cháy khắp nơi, tình thế ngàn cân treo sợi tóc, mọi người theo lối thoát hiểm khẩn cấp thoát khỏi tòa nhà, không xuất hiện cảnh hoảng loạn. Người di tản xuống dưới và lính cứu hỏa đi lên phía trên chữa cháy dập lửa nhường đường cho nhau, không có tranh cướp gì. Có phụ nữ có thai, người già, trẻ em, người mù đi tới, mọi người tự động đứng ra nhường đường cho họ đi trước, thậm chí còn nhường chỗ cho những con vật cưng đi trước. Nếu tinh thần một dân tộc không vững vàng tới một mức nhất định nào đó, sẽ không thể có những hành động như kể ở trên được.

Khi đối diện với cái chết, vẫn bình tĩnh như không, tuy chưa được là thánh cũng gần tới bậc thánh nhân rồi. Việc thứ hai là sau khi xảy ra vụ

11.9 được 1 ngày, cả thế giới đều biết vụ khủng bố là do Binladen và tổ chức của y gây ra có rất nhiều cửa hàng của người Arab, những tiệm ăn Arab đều bị cơn thịnh nộ của người Mỹ tấn công, một số cửa hàng bị đập phá. Vào lúc này có một số người Mỹ tự tổ chức thành đoàn thể, tự đi tới những tiệm buôn, nhà hàng và khu dân cư của người Arab để tuần tra, bảo vệ họ, ngăn chặn những bi kịch tiếp theo.

Đây là tinh thần gì? Người Trung Quốc chúng ta vốn đã có truyền thống báo thù từ lâu đời. Tôi ở tại Thành Đô, tại đây Đặng Ngải (là một vị tướng tài của Tào Ngụy trong thời kỳ Tam Quốc) sau khi phá được Thành Đô, con trai Bàng Đức đem cả nhà Quan Vũ già trẻ gái trai giết sạch. Việc thứ ba, ở chiếc máy bay Boeing 767 rơi tại Pennsylvania vốn định đi đâm xuống nhà Trắng, sau đó hành khách đứng lên chống lại bọn khủng bố mới làm cho máy bay rơi xuống đất, vì lúc đó họ đã biết tin vụ khủng bố ở trung tâm thương mại thế giới ở New York và Lầu năm góc.

Bọn họ quyết định không thể để cho bọn khủng bố muốn làm gì thì làm, cần phải chống lại chúng. Dưới tình huống đặc biệt này, bọn họ quyết định trưng cầu ý kiến biểu quyết có nên chống lại bọn khủng bố hay không. Vào lúc sinh tử quan đầu như thế này, tôi còn không định đem ý chí của mình cho người khác. Sau đó tất cả hành khách đều đồng ý, bọn họ mới đi chống lại bọn khủng bố.

Thế nào gọi là dân chủ? Đây chính là dân chủ. Bản chất của dân chủ đã thấm sâu vào trong tính mệnh con người, vào trong máu, xương.

Một dân tộc như thế này, họ không hưng thịnh đi lên thì ai hưng thịnh; Dân tộc như thế này, họ không dẫn đầu thế giới thì ai sẽ dẫn đầu thế giới đây? Tôi thường mơ tưởng: Vũ khí lợi hại nhất thế giới, có trình độ khoa học kĩ thuật tiên tiến nhất, có lực lượng quân sự mạnh nhất thế giới đều nằm trong tay họ là hợp lí nhất. Cũng hơn nhiều so với nằm trong tay người Nhật Bản chứ. Nếu như nó nằm trong tay người Trung Quốc chúng ta, chúng ta có thể làm ra được những gì chứ? Cái này thì tôi không có câu trả lời.

Nước Mỹ có rất nhiều kinh nghiệm thành công đáng để chúng ta vay mượn học hỏi. Sau sự kiên 11.9. Nước Mỹ không thành lập "ủy ban 11.9" cũng không thành lập cái gì bộ chỉ huy khẩn cấp…Tôi rất phản đối những cái gì không thực tế. Sau khi tôi tới Thành Đô, nếu không tham gia họp nhiều thì tham gia họp ít, không đi họp không được. Khi tôi tới bộ tự lệnh không quân ở quân khu Thành Đô, liền thay đổi quy định ban chỉ huy mở hội nghị học tập thành tự học, đem văn kiện ra đọc.

Ở đây học cái gì mà học, tôi liền chống lại những lề thói ở đây. Sức cá nhân có hạn nhưng tôi không thể không đấu tranh, cho dù đầu có bị đập cho chảy máu cũng không ngừng. Ví dụ nếu tôi có đi xuống cơ sở thì thường sẽ không ăn cơm, nếu như đi trong ngày có thể quay về, tôi sẽ đem theo lương khô, tôi không ăn cơm ở bộ đội cấp dưới. Tôi tới sư đoàn 33, tới bộ tư lệnh không quân đóng ở Thành Đô cũng thế. Nếu bắt buộc không thể không ăn, tôi chỉ ăn đơn giản.

Tuy nói rằng có uống vài chén rượu mặt không đỏ như quốc kì, ăn vài bữa cơm không đến nỗi mất nước. Nhưng quá nhiều, quá lãng phí, tích tiểu thành đại, chắc chắn là con số lớn.

Có người nói nếu đánh trận thu hồi Đài Loan không cần tới vũ khí hiện đại, chỉ cần cho mấy đảng viên sang Đài Loan, mấy người này ăn uống vài ba năm thì có thể đem cả hòn đảo ăn chơi đập phá hết. Còn có một chuyện tiếu lâm khác nói về một cuộc họp, có một ông cục trưởng bị bệnh nặng sắp chết, chỉ là chưa tắt hơi mà thôi. Bà vợ nói rằng con cái đã tới đông đủ cả rồi, ông yên tâm mà lên đường. Ông lão nói "không được, không được! tôi chưa thể đi được".

Bà vợ lại nói mọi việc đã sắp xếp ổn thỏa hết cả rồi, ông yên tâm lên đường đi. Ông già lại nói: "Không được, tôi chưa chết được". Bà vợ lại nói "Tài sản trong nhà đã được sắp xếp tẩu tán ổn thỏa cả rồi, ông đi đi thôi. Ông lão lại nói: chưa được, tôi chưa đi được. Về sau có thư ký hiểu rõ tính cách ông ta, liền ghé sát vào tai nói nhỏ: "Cục trưởng, mọi người đã tới đông đủ rồi! Bắt đầu khai mạc hội nghị được rồi!". Cục trưởng liền sung sướng nhắm mắt ra đi. Câu chuyện này là bịa, nhưng nó cũng cho thấy sự phản cảm, chán ghét với những cuộc họp.

Vụ 11.9 không chỉ là cơ hội của nước Mỹ, mà còn là cơ hội của Trung Quốc. Nếu làm không tốt thì Trung Quốc sẽ là vật hy sinh lớn nhất của sự kiện 11.9. Điều quan trọng là các anh nắm giữ nó như thế nào, toàn thế giới đang phải nỗ lực thay đổi con bài tẩy của mình, chúng ta cần phải nắm được nội hàm của nó. Không chỉ chuyên xem những việc nhỏ, còn phải nhìn ra những chỗ lớn. Có một câu nói rất hay: Nếu chỉ chăm chú bình luận những khuyết điểm của người khác, chuẩn mực đạo đức trong con người anh cũng không thể cao lên nổi. Nếu thường bình luận những khuyết điểm của nhân loại, anh chính là một tư tưởng gia.

Hôm nay tôi đã nói ở đây hơn 3 giờ đồng hồ, mục tiêu mà tôi theo đuổi đó là giải phóng con người. Tôi tin rằng hôm nay tôi đến nói chuyện với mọi người, sau đó là đưa mọi người làm quen với tôi. Tôi thẳng thắn đưa những góc nhìn của tôi giới thiệu với mọi người, nhất là những góc nhìn của tôi về phương Tây, về nước Mỹ. Có hai vấn đề tôi muốn bổ sung vào buổi nói chuyện hôm nay, thứ nhất đó là tôi hoàn toàn là một người theo chủ nghĩa dân tộc. Những điều tôi nói đều vì tổ quốc. Trong mọi hoàn cảnh, tôi đều đưa lợi ích quốc gia, lợi ích dân tộc lên hàng đầu. Vì nó tôi có thể đi vào núi đao, biển lửa.

Trong đầu tôi luôn có một hình ảnh về cuộc chiến tranh Triều Tiên: năm 1951, đơn vị của cha tôi phát động tấn công về phía quân Mỹ. Bởi vì vũ khí lạc hậu hơn so với họ, nên phải tiếp cận họ vào ban đêm, đêm đó cả đêm tuyết rơi dày, lúc trời sáng quân ta thổi kèn xung phong, hơn 100 quân ta không có một ai đứng dậy, thì ra họ đã bị chết cóng cả, ngay cả lúc chết họ cũng giữ nguyên đội hình chiến đấu. Khi Mao chủ tịch nghe báo cáo chuyện này, đã bỏ mũ đứng dậy làm lễ nhà binh truy điệu họ.

Vào cuộc chiến tranh biên giới với Ấn Độ năm 1962, quân ta đã tiêu diệt cả một đơn vị quân Ấn, đơn vị này trước đó đã từng phục vụ trong quân đội Anh Quốc, tham gia vào chiến tranh nha phiến lần 2, đốt cháy cả Viên Minh Viên. Mao chủ tịch lúc nghe điện báo đã nói: "Trăm năm quốc nhục".

Mấy ngày trước, thủ tướng Đức Schröder trong lúc tranh cử, vì một lỗi nhỏ mà suýt bị thua. Đó là vấn đề gì vậy? ông ấy đã nhuộm tóc. Ở Trung quốc, nhuộm tóc đã là gì chứ? Ai cũng yêu thích cái đẹp, đó là lẽ tự nhiên thôi. Gần như tất cả các lãnh đạo đều nhuộm tóc. Nhưng ở phương Tây điều này lại không được. Bởi vì anh nhuộm tóc, sẽ đưa lại ấn tượng giả tạo cho người khác, chính là biểu hiện của việc không trung thực, chính là lừa dối.

Lần đầu tiên tới doanh trại ở Côn Minh gặp gỡ cán bộ, thật là to gan khi nói những điều trên, đây là kết quả nghiên cứu của tôi, tôi sẽ chịu trách nhiệm về những phát ngôn của mình.

Những cái nói đúng, các anh cứ ghi nhớ trong lòng, những chỗ nói sai, các anh cứ để cho nó đi ra bằng tai kia. Mỗi người đều có quyền tự do riêng, tôi không thể ép ai đó đi theo tư tưởng của mình được! Cảm ơn mọi người đã tham gia buổi nói chuyện ngày hôm nay.

NHÀ BÁO SONG CHI
phản biện
blogger LÊ DIỄN ĐỨC

Đây là status của blogger Lê Diễn Đức:

"Một nền văn học có nhất thiết cần được nuôi dưỡng trong một xã hội khai phóng, tự do mới phát triển"? Tôi nghĩ không nhất thiết.

Việt Nam Cộng Hoà có 20 năm khai phóng, tự do đấy nhưng kho tàng văn học chẳng có gì đáng tự hào. Hơn 40 năm ở nước ngoài, sống ở các nước dân chủ, tự do, cộng đồng người Việt đã sản sinh ra tác phẩm văn học nào nổi tiếng ở tầm quốc tế?

Thế nhưng, trong môi trường bóp nghẹp tự do vì chính sách kiểm duyệt của chế độ cộng sản vẫn tạo nên những áng văn chương bất hủ.

Các tác phẩm của các nhà văn đoạt giải Nobel Văn học như Andrei Sacharov, Alexsandr Solzhenitsyn (Liên Xô cũ), Czeslav Milosh (Ba Lan), Herta Muller (Romania) hay gần đây nhất, của Svetlana Alexievich của Belarus, khôi nguyên Nobel Văn học 2015, đều ra đời trong không khí ngộp thở ấy.

Rõ ràng dân Việt Nam chẳng có tài cán gì về văn chương, các tác phẩm từ xưa đến nay cũng chỉ thuộc loại "ao nhà", chưa vượt qua được luỹ tre làng. Mỗi thi phẩm "Kiều" của Nguyễn Du thì lại vay mượn cốt chuyện của Tàu. Nếu có tự hào thì đấy chính là sự an ủi, tự sướng!"

Đọc được cái status này của blogger Lê Diễn Đức, tôi thấy cần phải nói lại vài ý như sau:

Thứ nhất văn học dưới thời VNCH có thể không có gì đáng tự hào nhưng cũng hơn hẳn văn học dưới chế độ XHCN ở miền Bắc từ sự phong phú, đa dạng, tự do cả trong nội dung lẫn ngôn ngữ văn chương, và nhất là giá trị nhân bản của nó. Thực tế, bây giờ chẳng mấy ai còn nhớ hay muốn đọc lại phần lớn những nhà thơ, nhà văn với những tác phẩm tuyên truyền giai đoạn 1954-1975 ở miền Bắc, nhưng theo thời gian người đọc đã, đang và vẫn sẽ đọc lại từ thơ Nguyên Sa, Nguyễn Tất Nhiên, Phạm Thiên Thư, Bùi Giáng, Du Tử Lê, Trần Dạ Từ, Thanh Tâm Tuyền, Tô Thùy Yên, Cung Trầm Tưởng...; văn học của Sơn Nam, Mai Thảo, Dương Nghiễm Mậu, Doãn Quốc Sỹ, Nguyễn Mạnh Côn, Cung Tích Biền, Trần Thị NgH, Nguyễn Mộng Giác, Võ Phiến...

Thứ Hai, đừng so sánh người Việt, văn chương Việt với quốc tế. Chúng ta đều biết rất rõ rằng, với "hành trang văn hóa" rất mỏng, với tài năng vừa ít vừa chưa tới đâu của dân tộc này, thì việc chưa có và sẽ còn lâu mới có được những tác phẩm tầm cỡ thế giới là điều dễ hiểu. Nếu nói đến nền văn học VNCH thì hãy so sánh nó với nền văn học XHCN ở miền Bắc cùng thời, hoặc giữa nền văn học ở miền Bắc trước và sau

Cách mạng tháng Tám để thấy "Một nền văn học có nhất thiết cần được nuôi dưỡng trong một xã hội khai phóng, tự do mới phát triển?" hay không.

Trước CMT8 chúng ta đã kịp có hàng loạt nhà văn nhà thơ tài hoa như nhóm Tự lực văn đoàn, rồi Nguyên Hồng, Nguyễn Tuân, Nam Cao, Vũ Trọng Phụng... những nhà thơ như Vũ Hoàng Chương, Đinh Hùng, Nguyễn Bính, Xuân Diệu, Huy Cận, Chế Lan Viên, Nguyễn Nhược Pháp, Hàn Mạc Tử...Trong đó, có những nhà thơ nhà văn sau này tiếp tục sống và sáng tác trong chế độ "mới" nhưng những tác phẩm hay nhất làm nên tên tuổi của họ là được ra đời trước CMT8!

Cũng để trả lời cho câu hỏi trên, trên thế giới có bao nhiêu nhà văn lớn với những tác phẩm lớn ra đời nhờ sống trong môi trường tự do, dân chủ, chỉ tính từ cuối thế kỷ XIX tới nay thôi, ví dụ như Henry Miller, Ernest Hemingway, Henrik Ibsen, Tennessee Williams, Toni Morrison, Cao Hành Kiện (nhà văn lưu vong của TQ), Marcel Proust, Vladimir Nabokov, James Joyce, F. Scott Fitzgerald, William Faulkner, Virginia Woolf... trong khi đó có bao nhiêu nhà văn của chế độ cộng sản? Hoặc có thể so sánh, văn học Nga thế kỷ XIX lẫy lừng với bao tên tuổi như Lev Tolstoy, Fyodor Dostoyevsky, Anton Chekhov, Nicolai Gogol, Mikhail Lermontov, Ivan Turgenev, Ivan Bunin... nhưng trong chế độ cộng sản thì được mấy người? Bởi vì ngay cả trong những chế độ phong kiến quân chủ như nước Nga thế kỷ thứ XIX, nhà văn và văn nghệ sĩ vẫn còn được tự do hơn dưới thời cộng sản.

Trong những nhân vật mà blogger Lê Diễn Đức nêu ra, ví dụ như Andrei Sacharov thì không phải là nhà văn mà là nhà vật lý hạt nhân, nhà bất đồng chính kiến Xô viết và nhà hoạt động nhân quyền. 1975 ông được tặng giải Nobel Hoà bình chứ không phải Nobel văn học.

Trường hợp nhà văn Alexsandr Solzhenitsyn, theo như đánh giá của rất nhiều nhà văn, nhà phê bình văn học cùng thời và sau này, ông được trao giải chủ yếu vì sự dũng cảm, vì giá trị tố cáo chế độ, tố cáo xã hội trong những tác phẩm của mình hơn là giá trị văn chương, bởi nếu so sánh ông với nhiều nhà văn lớn khác chưa hề đoạt giải Nobel như James Joyce, Vladimir Nabokov, Jorge Luis Borges... rõ ràng là họ hơn hẳn về mặt văn tài.

Đừng quên, giải Nobel Văn học đôi khi cũng có tính chính trị.

Với trường hợp nhà thơ, nhà văn Czesław Miłosz, năm 1951 vì bất đồng chính kiến ông xin tỵ nạn chính trị tại Pháp. Năm 1960 sang Mỹ. Những tác phẩm lớn của ông là sáng tác trong hai môi trường tự do dân chủ Pháp và Mỹ.

Nhà thơ, nhà văn người Đức sinh tại Romania: Herta Müller về sau này cũng phải di cư sang Tây Đức. Hiện nay, bà sống tại thủ đô Berlin.

Những điều đó nói lên rằng, môi trường xã hội dưới thời cộng sản có thể là nguồn cảm hứng, đề tài, kho tư liệu vô tận cho các nhà văn nói riêng và văn nghệ sĩ nói chung nhưng muốn yên ổn, sáng tác được, phần lớn các tài năng cũng phải chuyển sang sống trong những môi trường tự do dân chủ hơn.

Với trường hợp mới nhất, Svetlana Alexievich thì không phải là nhà văn. Bà là nhà báo chuyên viết điều tra và những tác phẩm phi hư cấu (non-fiction), và được xem là nhà báo đầu tiên đoạt giải Nobel Văn chương.

Anh Lê Diễn Đức, anh có thể không thích chế độ VNCH từ lá cờ cho tới nền văn học, dù tôi tin rằng anh chưa đọc được bao nhiêu trong cả nền văn học đó, nhưng không thể vì thế mà lại cho rằng "Một nền văn học có nhất thiết cần được nuôi dưỡng trong một xã hội khai phóng, tự do mới phát triển? Tôi nghĩ không nhất thiết."

Là nhà báo, đừng để cho những định kiến, yêu ghét cá nhân làm ảnh hưởng tới những quan điểm, lập luận của mình, điều mà tiếc thay, anh lại hay để cho xảy ra.

TB: Khi viết xong status này nhìn lại trang của blogger Lê Diễn Đức thì mới hay ông Lê Diễn Đức đã được nhạc sĩ, nhà nghiên cứu lý luận phê bình âm nhạc và văn chương Hoàng Ngọc-Tuấn nhắc nhở chi tiết sai về Andrei Sacharov và đã edit lại, nhưng tôi vẫn giữ nguyên bài của mình không đổi.

SONG CHI
Nguồn: FB Song Chi

Ý KIẾN CỦA
GS VÕ TÒNG XUÂN
về hiện trạng ngập mặn tại đồng bằng sông Cửu Long

Xin đừng quá bi quan trước hiện tượng lúa bị chết mặn như báo chí đã loan tin. Họ không loan tin về các nông dân nhờ có nước mặn mà nuôi tôm rất thành công (giá trị gấp 3-4 lần lúa), và họ không hề lên tiếng dùm những nông dân nuôi tôm bị chết vì thiếu nước mặn do địa phương ngăn mặn để cứu lúa, nhưng lúa không đủ nước ngọt nên lúa cũng thiệt hại theo tôm.

Đây là lỗi của Bộ Nông nghiệp và chánh quyền các tỉnh có bờ biển tiếp giáp, chỉ biết trồng lúa-lúa-lúa bất chấp thiên nhiên không cho phép, họ tốn hàng chục ngàn tỉ đồng để làm ngọt hóa bán đảo Cà Mau, nhưng kết quả là nước ngọt vẫn không đủ cho "ngọt hóa". Chỉ mấy ông làm thủy lợi mới hưởng lợi vì có ximăng, sắt thép, bê tông để xơi.

Chúng ta đều thấy rằng thời kỳ cả nước ai ai cũng lo cho an ninh lương thực đã qua rồi vì nay ta sản xuất dư thừa để xuất khẩu 7-8 triệu tấn/năm với giá bèo như vậy.

Nông dân trồng lúa của ta đã 40 năm rồi mà vẫn là những người nghèo, họ bị hô hào phải trồng lúa thật nhiều (để cho người ta được thăng quan tiến chức).

Đã đến lúc cấp lãnh đạo từ trung ương đến địa phương và các phương tiện truyền thông do Ban Tuyên Giáo chỉ đạo phải đổi mới tư duy làm kinh tế, chọn lựa hướng sản xuất và tìm đầu ra cho các hướng đó thế nào để có giá trị cao hơn mà không tiêu xài quá nhiều nước ngọt - tài nguyên thiên nhiên không tái tạo.

Tư duy: "nước mặn là kẻ thù, phải ngăn mặn", không còn hợp thời này nữa. Phải coi nước mặn là bạn, giúp nông dân ven biển làm giàu với tôm, cua... một cách bền vững hài hòa thiên nhiên. Những vùng theo hệ thống lúa-tôm của Sóc Trăng hiện nay được giàu có nhờ trồng lúa rất thành công trong mùa mưa và sau khi dứt mưa thì cũng vừa gặt lúa xong, liền cho nước mặn vào nuôi tôm. Đến mùa mưa tới, nông dân trở lại trồng lúa.

Chúng ta hãy thay đổi tư duy, không buộc nông dân trồng lúa quá nhiều để cho quan lên chức và nuôi dân các nước khác để họ làm giàu nhờ sản xuất các sản phẩm giá trị hơn lúa.

Sài Gòn 8/3/2016
Prof. Dr. VO TONG XUAN
Rector Emeritus, An Giang University
Rector, Nam Can Tho University

Con ruồi
TÂN HIỆP PHÁT

Tác giả: Luật Sư NGUYỄN ĐỨC THỊNH
Nhan đề bài viết:

"Có dấu hiệu hình sự hoá quan hệ dân sự trong vụ "cưỡng đoạt tài sản Tân Hiệp Phát"

Khi báo chí thông tin anh Võ Văn Minh ở Tiền Giang bị truy tố về tội cưỡng đoạt tài sản của Công ty Tân Hiệp Phát (vụ chai nước THP có ruồi), Luật sư muốn trợ giúp pháp lý và bào chữa miễn phí cho anh ấy nhưng khi liên hệ thì biết đã có các Luật sư đồng nghiệp giúp đỡ anh Minh rồi.

Hôm 17/12/2015, Tòa án nhân dân tỉnh Tiền Giang đưa vụ án này xét xử sơ thẩm, tuyên Võ Văn Minh 7 năm tù về tội Cưỡng đoạt tài sản. Mặc dù vẫn còn quyền kháng cáo nhưng hiện tại, với án sơ thẩm, anh Võ Văn Minh đã là tội phạm. Luật sư không đồng ý với phán quyết của Tòa đối với anh Minh. Sẽ thật sự nguy hiểm nếu đây trở thành án lệ ... Để cho các doanh nghiệp sản xuất hàng hóa kém chất lượng giăng bẫy người tiêu dùng khi bị khiếu nại về sản phẩm

QUAN ĐIỂM CỦA LUẬT SƯ VỀ VỤ VIỆC NÀY NHƯ SAU:

Khi một người mua được chai nước Tân Hiệp Phát (THP) có RUỒI thì chai nước ấy hoàn toàn thuộc quyền sở hữu của anh ta... Anh ta có đầy đủ các quyền năng của chủ sở hữu là:

– Quyền chiếm hữu.
– Quyền sử dụng.
– Quyền định đoạt.

* VỀ QUYỀN CHIẾM HỮU: miễn bàn.

*VỀ QUYỀN SỬ DỤNG:

Anh ta có quyền uống, vứt đi hoặc giữ lại chai nước ấy làm kỷ niệm. Anh ta cũng có thể trưng bày cho moi người cùng chiêm ngưỡng con ruồi trong chai nước để cảnh báo cho cộng đồng về chất lượng hàng hóa của THP ...

* VỀ QUYỀN ĐỊNH ĐOẠT:

Anh ta có quyền cho tặng, vứt đi hoặc dùng làm chứng cứ khởi kiện THP ra tòa để yêu cầu bồi thường thiệt hại do sản phẩm kém chất lượng hoặc chuyển nhượng chai nước cho người khác muốn mua. Đương nhiên giá cả chuyển nhượng do sự thỏa thuận của đôi bên.

Việc muốn bán chai nước có RUỒI với giá 1 tỷ đồng hoàn toàn là quyền của chủ sở hữu, không thể gọi là phạm pháp. Nếu là người hiểu biết pháp luật, anh ta có quyền yêu cầu lập hợp đồng chuyển nhượng (công chứng) đối với tài sản là chai nước có ruồi – hoặc có quyền yêu cầu thừa phát lại lập vi bằng về việc thỏa thuận chuyển nhượng chai nước có ruồi. Kể cả kê khai nộp thuế thu nhập cá nhân do thu lợi từ việc chuyển nhượng chai nước này...

Với tất cả những biểu hiện pháp lý nêu trên thì đây hoàn toàn là một quan hệ dân sự được pháp luật công nhận.

TUY NHIÊN ĐỂ HÌNH SỰ HÓA MỐI QUAN HỆ DÂN SỰ NÀY, NGƯỜI TA ĐÃ SẮP ĐẶT MỘT KỊCH BẢN VÀ LẬP LUẬN THEO NHỮNG CĂN CỨ VÔ LÝ SAU:

* VỀ ĐỘNG CƠ

Họ cho rằng trong vụ việc này, động cơ là lòng tham, muốn chiếm đoạt tài sản bất chính của người khác, làm giàu mà không phải lao động ...

Đây chính là quan điểm sai lầm ấu trĩ khi áp dụng pháp luật hình sự. Bởi lẽ pháp luật hình sự là nhằm trừng phạt hành vi phạm tội cụ thể chứ không áp dụng để trừng phạt lòng ham muốn, ước mơ làm giàu của người khác như ước mơ trúng thưởng, ước mơ trúng số độc đắc, thậm chí ước mơ mua được CHAI NƯỚC CÓ RUỒI của Tân Hiệp Phát để bán lại với giá cao.

* VỀ MỤC ĐÍCH THU LỢI

Người ta lập luận và cho rằng việc bán chai nước có ruồi của Tân Hiệp Phát với giá 500 triệu đồng là phạm pháp. Việc suy diễn này hoàn toàn cảm tính và thiếu hiểu biết. Bởi lẽ trên thực tế, có những con tem, đồng tiền cổ, những viên đá nhìn rất bình thường nhưng có những tỳ vết hoặc khuyết tật đặc biệt được bán với giá cả triệu đô la hoặc hơn thế nữa.

Ở đây, giá trị được định danh do sự quý hiếm, sự độc đáo hoặc do chính tỳ vết, sự bất thường của vật ấy. Lỗi của sản phẩm hoặc sai sót về mặt kỹ thuật chính là yếu tố tạo ra sự đặc biệt và giá trị đặc biệt của sản phẩm ấy.

Do đó, giá trị của sản phẩm nếu có sự đặc biệt cũng là chuyện bình thường. Quan trọng là nó được thị trường hoặc người cần mua sản phẩm ấy tự nguyện chấp nhận.

* VỀ HÀNH VI ĐE DỌA TỐNG TIỀN

Người ta cho rằng đã có hành vi đe dọa, khống chế, tạo áp lực buộc Tân Hiệp Phát phải chuộc chai nước với giá 500 triệu đồng là việc làm quy chụp, thiếu khách quan. Bởi lẽ, từ khi mua được sản phẩm này thì người mua chính là chủ sở hữu của "chai nước Tân Hiệp Phát có ruồi" – nên ở đây nếu Công ty Tân Hiệp Phát muốn thu lại được sản phẩm ấy nhằm bất kỳ mục đích gì thì đều phải thỏa thuận mua lại với giá mà chủ sở hữu đưa ra. Hoàn toàn không có việc chủ sở hữu phải có hành vi cưỡng bức, tống tiền hoặc yêu cầu Tân Hiệp Phát phải "chuộc lại sản phẩm"...

Thiết nghĩ, một vụ việc dân sự rất rõ ràng nhưng đã bị hình sự hóa rất đáng lo ngại. Rồi mai này, khi không may mua phải những sản phẩm kém chất lượng, có ai còn dám thực hiện những quyền chính đáng của mình nữa không?

(Luật Sư NGUYỄN ĐỨC THỊNH – Sài Gòn, ngày 19.12.2015)

Nguồn: Blog Nguyễn Quang Thiều

TÁC PHẨM ĐÀO HIẾU

01/.**Giữa cơn lốc**
 (NXB TP.HCM 1978, giải thưởng văn học TP HCM).
02/.**Qua sông**
 (NXB Văn Nghệ 1986)
03/.**Vượt Biển**
 (NXB Trẻ 1988)
04/.**Người tình cũ**
(NXB Văn Nghệ 1989)
05/.**Thung lũng ảo vọng**
(NXB Trẻ 1989)
06/.**Vua Mèo**
(NXB Trẻ 1989)
07/.*Kẻ tử đạo cuối cùng*
(NXB Trẻ 1989)
08/.**Hoa dại lang thang**
(NXB Văn Học 1990)
09/.**Vòng tay người khác**
(NXB Tác Phẩm Mới 1990)
10/.**Người lính đơn độc** (tên cũ "Kỷ niệm đàn bà")
(NXB Văn Nghệ 1990)
11/.**Nổi Loạn**
(NXB Hội Nhà Văn 1993)
12/.**Một chuyến đi xa**
(NXB TRẺ 1994, giải thưởng Hội Nhà văn VN – Nxb Trẻ tái bản 2013)
13/. **Vùng Biển Mất Tích**
(NXB Đồng Nai 1987- Nxb Trẻ tái bản 2013)
14/. **Nữ Quái**
(Nhiều năm phổ biến trong Giang Hồ)
15/. **Đường Phố Và Thềm Nhà**
(Tập thơ, NXB Trẻ 2004)

16/. **Tín Hiệu Bị Thất Lạc**
(Tập thơ chưa xuất bản)
17/. **Tuyển tập truyện ngắn**
(NXB Trẻ ấn hành với tên sách là "Tình Địch" và NXB Lề Trái tái bản năm 2012)
18/. **Tạp Văn**
(NXB Trẻ xuất bản với tên sách là "Những Bông Hồng Muộn", NXB Lề Trái tái bản năm 2012)
19/. **Cuộc Cách Mạng Bị Thất Lạc**
(Tiểu luận – NXB Giấy Vụn 2009, NXB Kim Thư Production Hoa Kỳ 2010 và NXB Lề Trái tái bản năm 2012)
20/. **Mặt Đất Vẫn Còn Rung Chuyển**
(Tiểu luận – NXB Chương Văn, USA 2015)
*21/.***Lạc Đường**
(NXB Giấy Vụn in lần đầu tại VN năm 2008, NXB Kim Thư Production ấn hành tại Hoa Kỳ 2009-2010, NXB Lề Trái tái bản năm 2012, 2015, 2016)
*22/.***Mạt Lộ**
(NXB Kim Thư Production, Hoa Kỳ 2010)
Tác phẩm đã được dịch ra tiếng Anh với nhan đề "A Lady From "R"
*23/.***Người đàn bà trên đồi cỏ**
(NXB Kim Thư production Hoa Kỳ 2011)
Tập bút ký văn học, tạp văn, ký sự nhân vật, phê bình văn học.
*24/.***Bù Khú Tiên Sinh**
(NXB Kim Thư Production, Hoa Kỳ 2011- NXB Lề Trái tái bản năm 2012, 2015, 2016)
*25/.***TUYỂN TẬP ĐÀO HIẾU (Bốn tập:1,2,3,4)**
(NXB Kim Thư Production Hoa Kỳ, 2011)
*26/.***Đốt Đời**
(Truyện dài - NXB Trẻ 2015)
*27/.***Gorbachov của Việt Nam**
(Tiểu luận và tạp văn - NXB Hoài Niệm 2016)

ĐÀO HIẾU, nhà văn Việt Nam, sinh tại Tây Sơn, tỉnh Bình Định. Tốt nghiệp cử nhân văn chương, đại học Văn khoa Sài Gòn 1972.

Sau năm 1975, công tác tại báo Tuổi Trẻ và nhà xuất bản Trẻ.

Tác phẩm của ông gồm nhiều thể loại: truyện dài, hồi ký, truyện ngắn, tạp bút, tiểu luận chính trị, phê bình văn học, thơ, ký sự nhân vật... phần lớn được in tại Việt Nam và Hoa Kỳ.

Ông cũng là một cây bút rất quen thuộc trên các trang mạng xã hội.

E.mail: bukhutiensinh@gmail.com
Blog: daohieu.wordpress.com
Facebook: daohieuwriter

ĐÀO HIẾU

GORBACHOV
CỦA VIỆT NAM

tiểu luận và tạp văn

Nhà xuất bản HOÀI NIỆM
California USA - 2018

www.ingramcontent.com/pod-product-compliance
Lightning Source LLC
Chambersburg PA
CBHW070116260726
48658CB00001B/130